வேர்களாகும் விழுதுகள்

ரமாதேவி இரத்தினசாமி

சுவடு

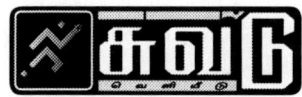

வேர்களாகும் விழுதுகள்

- கட்டுரைகள்
- ஆசிரியர்
  ரமாதேவி இரத்தினசாமி
- உரிமை - **ஆசிரியருக்கு**
- மொழி - **தமிழ்**
- முதல் பதிப்பு - **டிசம்பர்-2021**
- பக்கங்கள் - **108**
- அளவு - 1 x 8 Demy
- எழுத்து - 12
- பேப்பர் - **18.6 மேப்லித்தோ**
- வெளியீடு
  சுவடு
- **ரூ. 130/-**

Vergalagum Vizhudhukal

- Essays
- Author and ©
  Ramadevi Rathinasamy
- Language - **Tamil**
- First Edition - **December 2021**
- Pages - **108**
- Size - **1 x 8 Demy**
- Font - **12**
- Paper - **18.6 Maplitho**
- Cover - **300 gsm art**
- Binding - **Normal**
- Design - **Naaanaa's Designs**
- Cover design
  Yaameen Graphic
- Printers - **Suvadu**
- **ISBN 978-81-955652-9-0**

Published by

SUVADU PUBLISHERS,
7A, Ranganathan Street, Selaiyur, Chennai - 600073
Contact : 9551065500, 9791916936
suvadueditor@gmail.com / www.suvadu.in

அணிந்துரை

சொற்கொலைகளைக் கண்டு அடங்கிப் போகாதீர்

- ம. வான்மதி

பெண் எழுத்தாளர்கள் அழகாய், விரிவாய், சுவாரசியமாய், படிக்கும்படியாய் சமையல், குடும்ப சம்பவங்கள், காதல் நிகழ்வுகள், அநீதிக்கு எதிர்வாதம், பிறருக்கு அறிவுரை என்கிற பெயரில் மேற்கோள்கள் என, ஒரு வட்டத்துக்குள் மட்டுமே எழுதுபவர்கள் என்கிற பிம்பத்தை உடைத்தெறிந்து, இன்று பெண்களால் அனைத்துத் துறை சார்ந்தும் பலதரப்பட்ட விஷயங்களை அலசி ஆராய்ந்து எழுத முடியும் என சில காலமாய் நிருபித்து வருகின்றனர் பல பெண்கள். அதில் மிக முக்கியமானவர் நம் நூலாசிரியர் ரமாதேவி.

இதற்கு ரமாதேவியின் முந்தைய நூல்களும் சான்று. இவரின் நான்கு நூல்களுமே குழந்தைகள் மற்றும் பெண்கள் குறித்தும் அவர்களின் முன்னேற்றமே சமுதாயத்தின் முன்னேற்றம் என்றும் இருப்பது ஆகச் சிறந்த சமூகப் பணி. அதற்காகவே, கீழ் மட்டத் திலிருந்து வந்து இன்று ஓர் எழுத்தாளராய், தொழில் முனைவராய் அறியப்பட்டிருக்கும் வான்மதியாகிய நான் கர்வத்தோடு மனதார வாழ்த்துகிறேன்.

“ஆணின் நிழலிலேயே பெண் இருக்க வைக்கப்பட்டதால் அவளுக்கென்று தனி வரலாறு தேவையில்லை என்றே சமூகம் முடிவு செய்தது”

இந்த வரிகளில் ஒளிந்திருக்கும் வலியும் வேதனையும் அளவிட முடியாதது. அதிலும் நூலாசிரியரின் வார்த்தைப் பிரயோகம் மிகமிகச் சரி. ‘பெண் இருக்கவில்லை, இருக்க வைக்கப்பட்டாள்’ - எத்தனை பெரிய உண்மை! பெண்ணுக்கு எதிரான சமூகத்தின் அரசியல் இது.

நூலாசிரியர் ரமாதேவியின் ஒவ்வொரு வார்த்தையும் நம் மனத்துக்குள் புகுந்து நாட்டியம் ஆடுகிறது. அதன் வீரியத்தை வார்த்தைகளாய் வெளிப்படுத்தவே நாம் நிறைய வாசிக்க வேண்டியிருக்கும். இவரின் இந்த ஒரு நூலை நான் இரண்டு நாட்களாய் ஆழ்ந்து படித்தேன் என்பது எனக்கான சுயநலம். அத்தனை விஷயங்கள் இந்நூலில் கொட்டிக்கிடக்கின்றன. படித்து முடித்ததும் நமக்குள் ஒரு வேகமும் உந்துதலும் ஏதாவது நாமும் சாதிக்க முயற்சிக்க வேண்டும் என்கிற எண்ணமும் நிச்சயம் தலை தூக்கும்.

ஆலமரத்தில் ஆரம்பித்து அதன் விழுதுகளோடு பெண்களை ஒப்பிட்டு, பாரமாய்த் தொங்குகிற விழுதுகள்தான் பிற்பாடு மரத்தையே தாங்கிப் பிடிக்கும் வேர்களாய் மாறுகின்றன என்று சொல்லியிருக்கும் உண்மை சுடுகிறது.

பெண்கள் படைப்பாளிகளாய் வெளியில் தெரியாத காலத்தில் கூட மிகச் சாமர்த்தியமான செயல்பாடுகளால், வரலாற்றைக் கதைகளாக, செவிவழிக் கதைகளாக, நாட்டுப்புறக் கதைகளாக, பாரம்பரியக் கதைகளாக, கட்டுக்கதைகளாக இந்தச் சமூகத்தில், அடுத்த தலைமுறைக்கு அவளால் கடத்தப்பட்டு இருக்கிறது என்கிற முக்கியச் செய்தி இங்கு பதிவிடப்பட்டிருக்கிறது.

தூக்கியெறியப்படும் தருணங்களில்தான் பெண்கள் தங்கள் சிறகுகளை விரிப்பதற்கான வாய்ப்பு கிடைக்கிறது என்பதை அன்மோலின் வாழ்க்கை மூலம் நமக்கு சுட்டிக்காட்டியிருக்கும் ஆசிரியருக்கு இதமான கை குலுக்கல்.

எழுத்தாளர் சூடாமணியின் இரண்டாவது அப்பா கதையினை உண்மையாக்கியுள்ள கேரளாவின் மினி என்கிற ஆசிரியையின் மகன் கோகுல், கள்ளக்குறிச்சியின் செல்வி அம்மாள் மகன் சித்தார்த் கருணாநிதி, தென்காசி சுபாஷினி மகன் தர்ஷன் என, தாயின் மறுமணத்துக்கு வேராய் நின்று சமூக மாற்றத்தைக் கொண்டு வந்திருக்கும் இளைஞர்கள் குறித்த செய்திகளைப் படிக்கப் படிக்க அத்தனை நெகிழ்வு, நிம்மதி பரவுகிறது நெஞ்சில்.

யாழ்ப்பாணப் போர்ச் சூழலையும் அந்த சமயத்தில் பெண்களின் வலியையும் நிறைய படித்திருக்கிறோம். ஆனால் இங்கு லதாவின் வரலாற்றை, வலியைக் காணும்போது நமக்கு வலிக்கிறது.

ஒரு படைப்பாளியின் எழுத்து படிப்பவரை அந்த எழுத்துக்குள் இட்டுச் செல்ல வேண்டும். வலி, வேதனை, சிரிப்பு, மகிழ்ச்சி, காதல் என்கிறபோது அதைப் படிப்பவரும் அனுபவிக்கும்படி எழுத்து இருக்க வேண்டும். அப்படியான உணர்வை ரமாதேவியின் எழுத்துக்கள் நமக்குத் தருகின்றன.

அனுப்ரியா, தன்யா சுரேஷ் மூலம் பழங்குடியினரின் வாழ்க்கைப் போராட்டம், சரிதா ஜோ படிக்க எடுத்த போராட்டம், அமல புஷ்பத்தின் இசைப் போராட்டம், மகாலட்சுமியின் கல்விப் போராட்டம், சசிபாலா சிங்கின் பெண்ணின் வெளிவேலைப் போராட்டம், ப்ரியா பாபுவின் திருநங்கையர்களின் நலன் சார்ந்த போராட்டம் ஆகியவை, நமக்கு புத்தி தெளிவாகி, நாம் சாதிக்க வேண்டும் என்பதற்காக நூலாசிரியர் ரமாதேவி எடுத்துச் சொல்லியிருக்கும் வரலாற்றுப் பதிவுகள்.

"இனியென்ன வயசானபின் உனக்குன்னு ஆசையும் கனவும்? என்கிற சமூக ஆதிக்கச் சொற்கொலைகளைக் கண்டு இனி அடங்கிப் போகாதீர் பெண்களே. வரலாறு படைக்க வயது ஒரு தடையல்ல என பரவை முனியம்மா, அட்டப்பாடி நஞ்சியம்மா மூலம் உரக்கச் சொல்கிறார்.

பெண்களின் சிரிப்பிற்குப் பின்னால் மிகப் பெரிய வலியும் அவமானமும் இருக்கும் - மிகப்பெரிய இக்கட்டுகளையும் அவமானங்களையும் ஒரு சிரிப்பால் கடந்து வந்த பெண்கள் ஆயிரம் உண்டு இங்கு. வாழ்வில் நாமும் இந்தச் சந்தர்ப்பத்தைத் தாண்டியேதான் வந்திருப்போம்.

சின்ன சின்ன ஆசைகளில் என்றுமே சிறைப்பட்டுக்கொள்ள விரும்பாதீர்கள். நீங்கள் சந்திக்க வேண்டிய போராட்டங்கள், சாதிக்க வேண்டிய விஷயங்கள் ஆயிரமாயிரம் இங்கு உண்டு. அதற்கு உங்களைத் தயார்படுத்திக் கொள்ளுங்கள். இவ்வுலகில் நம்மைவிட இக்கட்டான சூழலில் பிறந்து வளர்ந்து சாதித்தோர் ஆயிரம். உன் பாதையைத் தேர்ந்தெடு, ஓடு ஓடு என நம்மை விரட்டுகிறது ரமாதேவியின் இந்த "வேர்களாகும் விழுதுகள்".

பெண்கள் தண்ணீர் போலத்தான். எத்தனை முட்டுக்கட்டை போட்டாலும் கிடைக்கும் சந்து பொந்துகளிலெல்லாம் நுழைந்து

தன்னை வெளிப்படுத்திக் கொள்ள அவளால் முடியும் என்கிற நம் நூலாசிரியர் ரமாதேவியின் நம்பிக்கை வார்த்தைகளில் உள்ள சூட்சுமத்தைப் பெண்கள் மனத்தில் ஏற்றிக் கொண்டால் போதும். தடைக்கற்களாய் நம் முன் எதுவும் நிற்காது. அடித்து தூள் கிளப்பிக்கொண்டு வெற்றியை நோக்கிப் பயணிப்போம். அனைத்து விழுதுகளும் வேர்கள்தான் என்பதை நிருபிப்போம்.

ஐ.நா.சபை நோக்கி உங்களை இட்டுச் சென்ற உங்களின் இந்த எழுத்து, சமூகப்பணி இனி இன்னும் சிறப்பாய்த் தொடர, பல வெற்றிகளைத் தாங்கள் அடைய மனதார வாழ்த்துகின்றேன் ஆசிரியரே!

என்றென்றும் அன்புடன்,
ம. வான்மதி
ஆசிரியர், பாவையர் மலர்,
பாவைமதி வெளியீடு,
நிறுவனர், மேக்வெல் கண்டெய்னர் கேர்

மனதிலிருந்து...

பூமிப்பந்தின் பாதியைத் தங்கள் இருப்பால் நிறைத்துக் கொண்டிருக்கும் பெண்கள், இந்தச் சமூகத்தில் ஒருபோதும் சமமாக, மரியாதையாக நடத்தப்படாமல், ஒடுக்கப்பட்டவர்களின் பட்டியலில் முதலிடத்திலேயேதான் இருக்கிறார்கள். குடும்பமும் சமூகமும் தங்கள் மீது தொடுக்கும் அத்தனை அநீதிகளையும், மொழி களின்றி, குரல்களின்றி ஏற்றுக்கொள்ளும் பெண்கள் ஒருபுறமிருந் தாலும், மன உறுதியையும் உழைப்பையும் ஆயுதமாகக் கொண்டு, சமூகம் வீசும் சாட்டையடிகளை எதிர்கொண்டு, தங்கள் இலக்கு நோக்கி நகர்ந்த பெண்களையும் வரலாறு சந்திக்கவே செய்கிறது.

ஆனால், பெண்களை எப்போதும் திரைக்குப் பின்னே வைக்கவே விரும்பும் இந்தச் சமூகம், அவர்களின் கண்ணீரை, அதில் மறைந்து நிற்கும் வேதனையை, அந்த வேதனையைக் கடந்து நின்ற சாதனையை ஆவணப்படுத்துதல் என்பது இன்றுவரை பற்றாக்குறையாகவே இருக்கிறது. அதனாலேயே, வீட்டிலும் பொதுவெளியிலும் எங்கெங்கும் விரவி நிற்கும் ஆண்களின் ஆளுமைப் படலம் கொடுக்கும் சமூக அழுத்தத்திலிருந்தும், வாழ்வை நசுக்கிப் போடும் துயரிலிருந்தும் மீண்டு வந்த பெண்களின் பேசாமொழிகளை, ஒரு துளியேனும் பதிவு செய்ய விரும்பினேன்.

'வேர்களாகும் விழுதுகள்' என்ற தலைப்பில் இந்தக் கட்டுரைத் தொகுப்பை நான் உருவாக்க, வாழும் ஆவணமாய் என் கண்முன்னே நடமாடிக்கொண்டிருக்கும் என் அம்மா மாலதி இரத்தினசாமி அவர்களது வாழ்வும் ஒரு காரணமாயிற்று. தேனியைச் சொந்த ஊராகக் கொண்ட என் அம்மா, மின்சார வாரியத்தில் பணிபுரிந்த என் அப்பாவை மணம் முடித்து மாயவரம் சென்றார். திருமணமாகி எட்டே ஆண்டுகளில் என் தந்தை மறைந்துவிட, ஏழு வயதில் நானும் 26 நாள் குழந்தையாக எனது தம்பியும் மட்டுமே அவரது திருமண வாழ்வின் மிச்சங்களாக இருந்தோம். தனது இருபத்து ஆறாவது வயதில், இளம் விதவையாய் இந்தக் கொடூரமான உலகை

என் அப்பாவின் சொந்தக் கிராமத்தில் என் அம்மா எதிர்கொள்ள நேரிட்டது.

'மனு'வின் கோரமுகம் ஏதோ ஒரு முகமூடியணிந்து எல்லா வீடுகளிலும் நடமாடிக்கொண்டுதானே இருக்கிறது? அங்கும் இருந்தது. செல்வமிருந்த அந்த வீட்டில் மனிதாபிமானம்தான் இல்லாமல் போயிற்று. அரசுப் பணியிலிருந்த என் அப்பாவின் மரணத்திற்குப் பின் கிடைத்த, கருணை அடிப்படையிலான அரசுப் பணியையும் ஓய்வூதியத்தையும்கூட குடும்ப கௌரவத்தைக் காரணம் காட்டி (பொம்பளப் புள்ளயை வேலைக்கு அனுப்பி, சாப்பிடணும்னு எங்களுக்கு அவசியமில்லை - தாத்தா) மறுக்க வைக்கப்பட்டார். பாதுகாப்பு, சகுனம் போன்ற சொற்களை முன் வைத்து, கணவரை இழந்த பெண்களை இந்தச் சமூகம் நாற்பது வருடங்களுக்கு முன் என்ன விதமான மரியாதை செய்து, எப்படி நடத்தியதோ, இம்மி பிசகாமல் என் அம்மாவையும் அப்படியே நடத்தியது.

உண்ணும் உணவும், உடுத்தும் உடுப்பும்கூட வரையறை செய்யப் பட்டன. என்ன சாப்பிட வேண்டும், எப்படி உடுத்த வேண்டும், எங்கு நிற்க வேண்டும், யாரிடம் பேச வேண்டும், யாரிடம் பேசக்கூடாது என மிகப் பெரிய பட்டியலுடன் ஊரும் உறவும் எந்த நேரமும், அம்மாவைத் தன் கண்காணிப்பிலேயே வைத்திருந்தன. நான் பத்தாம் வகுப்பு முடித்த சூழலில், "பொம்பளப் புள்ளக்கு சட்டு புட்டுனு கல்யாணம் பண்றத உட்டுட்டு, பத்தாவதுக்கு மேல படிக்க வைச்சா நம்ம சொல்லு பேச்சு கேக்குமா?" என, குடும்ப நாட்டாமைகளால் என் படிப்பிற்குத் தடை விதிக்கப்பட, அதுவரை தனக்கு நேர்ந்த அத்தனைக் கொடுமைகளையும் சகித்துக்கொண்டிருந்த அந்தப் பூ, புயலாய் மாறியதை அப்போது பார்த்தேன்.

தன் வாழ்விற்கு ஆதாரமாய் இருந்த வீடு, சொத்து, சுற்றம் அத்தனையும் தூக்கியெறிந்துவிட்டு எங்களை அழைத்துக் கொண்டு ஊரைவிட்டு வெளியேறியவர், வைராக்கியத்துடன் பல்வேறு பணிகளைச் செய்து, எங்கள் இருவரையும் படிக்கவைத்து, அரசுப் பணியில் அமர்த்திய பிறகே அமைதியானார். தன்னை பாரமாய் நினைத்தவர்கள் முன், ஒற்றை மனுசியாய், தனித்து நின்று சாதித்துக் காட்டினார். இன்றும், துறுதுறுவெனத் தானும் உழைப்பதுடன்,

எங்களையும், தூண்டித் தூண்டியே அடுத்த இலக்கை நோக்கி நகர்த்திக்கொண்டே இருக்கிறார். தன் வாழ்வை அடிமையாய் சுகமாய் வாழ்வது அல்லது சுதந்திரமாய் கஷ்டப்பட்டு வாழ்வது என்ற இரண்டு தேர்வுகளில் குழந்தைகளுக்காக இரண்டாவதைத் தேர்ந்தெடுத்து வெற்றி கொண்டவர் என் அம்மா.

இவரது வாழ்வை விடவும் கடினமான, கொடூரமான வாழ்வைச் சந்தித்து, சகித்துக் கொண்டிருப்பவர்களையும், சாதித்துக் கொண்டிருப்பவர்களையும் பார்த்துக் கொண்டுதான் இருக்கிறேன். அத்தகைய பெண்களின் வலியை, வலியைத் தாண்டிய வாழ்க்கையைப் பதிவு செய்ய விரும்பியதே இந்த நூல் உருவாகக் காரணமாயிற்று. பெண்களின் வாழ்வு இவ்வளவு கடினமானது என அச்சுறுத்துவது அல்ல என் நோக்கம். எத்தனை இடர்கள் வந்தாலும் அத்தனையும் தாண்டிப் பெண்களால் சாதிக்க முடியும் என ஒரு துளி உத்வேகத்தை யாவது இதைப் படிக்கும் பெண்களின் மனதில் செலுத்துவதே ஆகப்பெரும் நோக்கம்.

"வெற்றிகரமான வாழ்க்கை என்பது தடைகளற்ற வாழ்க்கை அல்ல; தடைகளை வெற்றிகொண்டு வாழும் வாழ்க்கை" என்ற ஹெலன் கெல்லரின் வார்த்தைகளை மெய்ப்பித்துக்கொண்டிருக்கும் பெண்களின் வாழ்வியல் இது. நாகத்தின் பிளவுற்ற நாக்கைப் போல, பெண்களை நோக்கிக் கொடூர விஷத்துடன் காத்திருக்கும் இந்தச் சமூகத்தில், தங்களைத் தற்காத்து, தங்களுக்கான இடத்தைத் தெரிவு செய்தவர்கள் இவர்கள்.

பெண் குழந்தையாய் இந்த உலகத்திற்குள் வருவதும் கல்வி கற்க வெளியே வருவதும் விதவை எனும் துயரைத் தாண்டி சாதிக்க நினைப்பதும் மறுமணம் செய்வதும் போர்ச் சூழலால் வாழ்வைத் தொலைத்து அதிலிருந்து மீள்வதும் முதுமையிலும் சாதிப்பதும் திருநங்கையாய் வாழ்வை எதிர்கொள்வதுமான பத்துப் பெண்களின் வாழ்வியலை என்னால் முடிந்த வரை நியாயமாய் வெளிப்படுத்த முயன்றிருக்கிறேன். பெண் எனும் மகா சமுத்திரத்தின் ஒரு துளிதான் இவர்கள். இறுக மூடிக்கொண்டு திறக்க மறுக்கும் நம் கண்களைத் திறந்து பார்த்தால், தெருவுக்குத் தெரு, வீட்டுக்கு வீடு உலகத்தோடு போராடி வாழ்வை வெற்றிகொள்ளும் இவர்களைப் போன்ற தேவதைகளைப் பார்க்க முடியும்.

போராட்ட வாழ்வை எந்தப் புகாருமில்லாமல் வாழ்ந்து கொண்டிருக்கும் இவர்கள், ஆணுக்கென்றே, ஆணால் உருவாக்கப் பட்ட இந்த உலகில், வாழ்நாளெல்லாம் சமர் செய்தே தங்கள் வாழ்வைக் கைப்பற்றியவர்களாகவும், தீராத வேட்கையோடு இந்த வாழ்வை வாழ்ந்து தீர்ப்பவர்களாகவும் இருப்பதை அவர்களுடன் பேசியபோது புரிந்துகொள்ள முடிந்தது. அடுத்தவர் வகுத்து வைத்த பாதையைத் தவிர்த்து, தங்களுக்கென புதிய பாதை கண்டடைந்த இவர்களை அறிமுகப்படுத்துவதில் பெருமிதம் கொள்கிறேன். நான் நேர்காணலுக்காக அழைத்தவுடன், தங்களது நேரத்தை ஒதுக்கி, என்மீது கொண்ட நம்பிக்கையால் தங்கள் வாழ்வின் மற்றொரு பக்கத்தையும் பகிர்ந்துகொண்ட தோழியர் அனைவருக்கும் மனதின் ஆழத்திலிருந்து நன்றிகளைப் பகிர்ந்து கொள்கிறேன்.

என் முதல் கட்டுரைத் தொடரான, 'கனவுகள் மெய்ப்படட்டும்' நூலாக்கம் பெற்றவுடன், தொடர்ந்து எழுத ஊக்கமூட்டி, சுவடு இதழில் இத்தொடரை வெளியிட்ட சுவடு இணைய இதழ் நிர்வாகத்திற்கு நன்றிகள் பல.

ஒவ்வொரு கட்டுரையையும் ஆழ்ந்து உள்வாங்கி, தனக்கு முரண்பாடான கருத்துக்களைத் தெளிவுபடுத்திக்கொண்டு ஒரு ஆய்வு நூல் அளவிற்கு நம்பகத் தன்மையோடு கொண்டுவருவதில் உறுதியாக இருந்த சுவடு இணைய இதழின் ஆசிரியர், தோழர் நல்லு இரா.லிங்கம் அவர்களுக்கு அன்பும் நன்றிகளும்.

ஒவ்வொரு பகுதிக்கும் மிகச் சிறப்பாகப் படங்கள் தேர்ந்தெடுத்து நூலை வடிவமைத்த தோழர் காதர் மொய்தீன் அவர்களுக்கும் இந்த நூலுக்குச் சிறப்பானதொரு அட்டை வடிவமைப்பு செய்தளித்த தோழர் நாணா அவர்களுக்கும் அழகான முறையில் அணிந்துரை அளித்த பாவையின் மலர் இதழின் ஆசிரியர் மா.வான்மதி அவர்களுக்கு என் மனமார்ந்த நன்றிகள்.

புதிது புதிதாய் விழுதுகள் தோன்றும்; விழுதுகள் ஒவ்வொன்றும் வேர்களாகும்.

ப்ரியங்களுடன்,

ரமாதேவி இரத்தினசாமி

பொருளடக்கம்

விழுதுகள் மரத்திற்குப் பாரமா? - 13

அழகு எங்கள் அடையளமல்ல - 19

அம்மாவுக்குக் கல்யாணம் - 26

யுத்தத்திலிருந்து உயிர்த்தெழுந்தவள் - 34

வனத்திலிருந்து வானத்திற்கு - 44

வரலாறு படைக்க வயது ஒரு தடையல்ல - 52

எங்களைப் படிக்க விடுங்க, ப்ளீஸ்..! - 58

நம்பர் 106, பன்னெண்டாவது புள்ள - 65

கல்வி கேட்பது குற்றமா.? - 72

வீழ்த்த வீழ்த்த எழுவோம் - 82

ஆணாகி பெண்ணாகி யாதுமானவள் - 99

விழுதுகள் மரத்திற்குப் பாரமா?

டிங்டிங் டிங்டிங் டிங்டிங்

மதிய உணவுக்கு மணியடித்த இரண்டாம் நிமிடம், பள்ளிக்கு வெகு அருகில் இருந்த ஆலமர விழுதில் தூரி ஆடிக்கொண்டிருந்தாள் என் மாணவி போதும் பொண்ணு. பெயரே அதுதான். நான்கு பெண் குழந்தைகளுக்குப்பின் ஐந்தாவதும் பெண்ணாக இவள் பிறக்க, அடுத்ததாவது ஆண் குழந்தை பிறக்கட்டும் என வைக்கப்பட்ட பெயர் 'போதும் பொண்ணு'. உலகை வென்ற மகிழ்ச்சியுடன் வேக வேகமாக சிரித்த முகத்துடன் அவள் தூரி ஆடுவதைப் பார்த்தபோது, வறுமையால் குழந்தைத் தொழிலாளியான கிராமத்து சிறுமி ஒருத்தி "ஆலமர விழுதில நான் தூளி கட்டி ஆடனும்" என அவளது கனவுகளை வரிசைப்படுத்தும் பாடலொன்று நினைவிற்கு வந்தது. எனக்கும் அது போல விழுதைப் பிடித்துத் தொங்கவேண்டுமென்ற நிறைவேறாத ஆசையொன்று இருக்கிறது.

என் வகுப்பறையிலிருந்து பார்த்தால் ஐம்பதடி தூரத்தில் இருக்கிறது பரந்து விரிந்து இளம் மங்கைபோல் மலர்ந்திருக்கும் அந்த ஆலமரம். மரங்களில் ஆலமரம் எப்போதுமே வசீகரிக்கும் தன்மை கொண்டது. வேர் போலவே தொங்கும் விழுதுகள் கொள்ளை அழகு. விழுதுகள் தாங்கிய ஆலமரத்தை எத்தனை பெரிய புயலும் எளிதாகச் சாய்த்து விட முடியாது என்பதால்தான் இதில் பல இனப் பறவைகளும் தஞ்சம் புக விரும்புகின்றன. இந்த மரத்தைப் பார்க்கும் போதெல்லாம், தமிழ்த் திரைப்படங்களின்

பஞ்சாயத்துக் காட்சிகள் நினைவில் வந்துபோகும். ஆலமர நிழலில் அமரும் மக்கள் உணர்ச்சிவசப்படாமல் இருப்பார்கள் என்று கூறப்படுவதால் பஞ்சாயத்துகளின் மேடையாக ஆலமரத்தைத் தேர்ந்தெடுத்திருக்கலாம்.

குருசேத்திரம் சென்றபோது கண்ணன் இந்த மரத்தடியில்தான் பகவத் கீதை உபதேசம் செய்ததாகக் கூறி ஒரு ஆலமரத்தைக் காட்டினர். புனிதம் கருதி மர இலைகள் கூட கீழே விழாதவாறு வலை கட்டி வைத்திருந்ததைப் பார்த்து, "இந்த மரத்திற்கு வயது 5000 ஆண்டுகளா?" என வாய் பிளந்தேன். மகாபாரதம் உண்மையா? புனைவா? உண்மையில் மகாபாரதப் போர் நடந்திருக்குமா? கிருஷ்ணனும் அர்ஜுனனும் இங்கே நின்றிருந்தார்களா? ஆயிரக்கணக்கான, இலட்சக்கணக்கான போர்வீரர்கள் பாதம் பதிந்த மண்ணா இது? அன்று எப்படி இருந்திருக்கும் இந்த இடம்? அடர்வனமாகத்தானே இருந்திருக்கும்? அம்மக்கள் என்ன மொழி பேசியிருப்பார்கள்? என்ன சாப்பிட்டிருப்பார்கள்? தனிப்பட்ட மனிதர்களுக்காகத் துவங்கிய போர், எத்தனை அப்பாவி உயிர்களைப் பலி வாங்கியிருக்கும்? இந்த மண்ணில் எத்தனை இரத்தம் ஓடியிருக்கும்? கற்பனையில் குரு சேத்திரப் போர் நிகழ்வு ஓடியது. பலரது நம்பிக்கையின் சான்றாய் நிற்கும் அம்மரம் கொள்ளுப் பெயர்த்திகள், எள்ளுப் பெயரன்கள் கண்டு கனிந்து நிற்கும் கிழத்தியாய்த் தோன்றியது.

தனிமரம் தோப்பாகிய அதிசயத்தை அடையாரில் பார்த்து வியந்திருக்கிறேன். தன்னம்பிக்கை நிறைந்த பெண்ணாய், சற்றே ஞானச் செருக்குடன் நிமிர்ந்து நிற்கும் பெண்ணாய்த் தோன்றியது. அன்னிபெசன்ட் அம்மையார் சுதந்திரத்திற்கு முன் இங்கு அமர்ந்து வீர உரையாற்ற, தமிழ்த்தென்றல் திரு.வி.க அமர்ந்து ஆர்வமாய்க் கேட்டிருக்கிறார். 450 வருடங்கள் பழமையான இந்த மரம் 59500 சதுர அடி பரப்பில் பரந்து விரிந்துள்ளது. இம் மாபெரும் மரத்தின் முதல் முதலில் கால் ஊன்றிய விழுது (வேர்) எது? இதுவோ! அதுவோ! என ஒவ்வொரு விழுதாய்த் தடவிப் பார்த்திருக்கிறேன். ஆதி கால விழுதுகள், தலைமுறை தாண்டிய விழுதுகளைத் தேடி, இதுதான் முதல் விழுதாய் இருக்கக் கூடும் என நானாகவே யூகித்து வேரான ஓர் விழுதை அடையாளம் கண்டு அணைத்திருக்கிறேன்.

இதுபோன்றே, ஆலமரங்களை எங்கு கண்டாலும் ஒரு

பெண்ணாகவே உருவகப்படுத்த முடிகிறது என்னால். உயர்ந்து வளரும் ஆலமரத்தின் விழுதுகள் பூமிக்குள் நுழைந்து வேர்களாக மாறுவதால், அடிமரம் அரிக்கப்பட்டாலும் விழுதுகள் கிளைகளைத் தாங்கிக் கொள்கின்றன. வெளியிலிருந்து பார்க்கும்போது, விழுதுகள் மரத்திற்கு பாரமாய்த் தொங்குவது போலத் தோன்றினாலும், உண்மையில் கிளைகளைத் தாங்கி நிற்கும் விழுதுகள்தான் பின்னர் மரத்திற்கே வேர்களாய் மாறுகின்றன இதே நிலைதான் பெண்ணிற்கும். குடும்பத்திற்கு பாரமாய் இருப்பது போல இச்சமூகத்தால் கட்டமைக்கப்பட்டாலும்கூட, குடும்பத்தின் வேர்களாய் மாறி, முழுக் குடும்பத்தையும் தாங்கி நிற்கும் பெண்களை எங்கும் காணமுடிகிறது.

“துரங்குகிற வாவலுறை தொன்மரங்கள் என்ன ஓங்குகுலம் வையவதன் உட்பிறந்த வீரர் தாங்கல் கடனாகும்” எனக் கூறும் சீவக சிந்தாமணியும் கூட, ‘வெளவால்கள் தொங்கி வாழ்கின்ற முதிய ஆலமரங்களை விழுதுகள் காப்பதுபோல குலம் நையுமாயின் அக்குலத்தில் பிறந்த மற மைந்தர்கள் தங்கள் குலத்தை தாங்கிக் காத்தல் கடமையாகும்’ என்று ஆண்களையே குடும்பத்தைத் தாங்கும் விழுதுகளாகச் சித்தரிக்கிறது. ஆனால் உண்மையில் எத்தனையோ குடும்பங்களை பெண்கள் விழுதுகளாய், வேர்களாய்த் தாங்குவதை வரலாறு பதிவு செய்ததேயில்லை.

‘அவள் ஒரு தொடர்கதை’ கவிதாவும், ‘மனதில் உறுதி வேண்டும்’ நந்தினியும் இதுபோன்ற பெண்களுக்கான செல்லுலாயிட் உதாரணங்கள். பிரச்சினையால் மூழ்கிக் கிடக்கும் குடும்பத்தின் மொத்த வடத்தையும் தனிஒருத்தியாய் இழுத்துப் பிடித்து, குடும்பத் தேரை நிலைநிறுத்தப் போராடுவாள் அவள் ஒரு தொடர்கதை நாயகி. தமிழ் சினிமாவில் காட்டப்படும் பெண் சுதந்திரம், முன்னேற்றம், சிந்தனைப் புரட்சி அனைத்திற்கும் கவிதா (சுஜாதா)தான் ஆரம்பப் புள்ளி. அதனைத் தொடர்ந்து அதே இயக்குநர் பாலச்சந்தரின் ‘மனதில் உறுதி வேண்டும்’ நாயகி நந்தினி, போராட்டங்களே வாழ்க்கையாகிப் போக,

மாறாப் புன்னகையுடன் வாழ்வை எதிர் கொள்வாள். இவர்கள் இருவரும்தான் சுயசிந்தனை கொண்ட பெண் கதாபாத்திரங்களுக்கு முதன்முதலில் திரையில் இராஜபாட்டை அமைத்துக் கொடுத்தனர்.

ஆனால், இலக்கிய உலகில் ஆண் சாதனையாளர்களின் புத்தகங் களும், ஆண்களின் சுயசரிதைகளும் நிரம்பிக்கிடக்க, பெண்களின் சரிதைகள் விரல்விட்டு எண்ணக்கூடிய அளவில்தான் தான் இருக்கின்றன. ஆணின் நிழலிலேயே பெண் இருக்க வைக்கப்பட்ட தால், அவளுக்கென்று தனி வரலாறு தேவை இல்லை என்றே சமூகம் முடிவு செய்தது. உலக வரலாறோ, உள்ளூர் வரலாறோ, பெண்கள் பற்றிய செய்திகள் எடிட்டிங்கில் தூர வீசப்பட்டன. வீட்டிற்குள் அடைக்கப்பட்டவளின் வாழ்க்கை, வரலாறாவதற்கு ஒன்றுமில்லை என நினைத்திருக்கலாம்.

ஆனால் பெண் சாதுர்யமானவள். இந்த உலகம் தன்னை நிராகரிப்பதை உணரும்போதெல்லாம், தன்னுடைய வரலாற்றையும் தன்னை பாதித்த வரலாற்றையும் கதைகளாக மாற்றி உலவவிட்டாள். இயல்பாய் அவளுக்குள்ளிருக்கும் மொழியாற்றலால், செவிவழிக் கதைகளும், நாட்டுப்புறக் கதைகளும், பாரம்பரியக் கதைகளும், கட்டுக்கதைகளும் அவளால் கட்டப்பட்டன. பாட்டிகள்மூலம் வழிவழியாக அடுத்தடுத்த தலைமுறைகளுக்குக் கடத்தப்பட்டன. சோகக் கதைகளும் நாட்டார் கதைகளும் சாமி கதைகளும் வீரப் பெண்கள் கதைகளும் பரப்பப்பட்டன.

இப்படித்தான் புலியை முறத்தால் விரட்டிய தமிழச்சியும், வறுமையில் உழன்ற நல்லதங்காளும் பரப்பப்பட்டனர். குலதெய்வ மாகிய முன்னோர்களின் கதைகள் விவரிக்கப்பட்டன. என் சிறு வயதில் குலதெய்வ வழிபாடன்று 10, 12 வயதுப் பெண் குழந்தைகளை இருட்டறையில் வைத்து ஒரு பாட்டி, குலதெய்வமாய் வழிபடப் படும் பெண் குறித்த கதைகளைக் கூறுவது ஒரு சடங்காகவே பின் பற்றப்பட்டது. கன்னித் தெய்வங்களாய் அவர்கள் மாறிய வரலாறு, அவர்களின் வாழ்வியல் போராட்டங்களாகவோ, குடும்ப கௌர வத்தைக் காப்பாற்றக் காவு கொடுக்கப்பட்ட நிகழ்வுகளாகவோ இருக்கும்.

ஆனால் கடுமையான எதிர்வினையுடன் கையில் பிரம்பேந்தி, சட்டாம்பிள்ளையாய்க் காத்திருக்கும் வாழ்வை இலாவகமாகக்

கையாளத் தெரிந்தவள் பெண். எந்தத் துயரையும் தின்று செரித்து மீண்டெழக் கற்றவள் பெண். வேர்கள் இடையறாது தன் தேவைக் கான தேடலைத் தொடர்வதால், வெட்ட வெட்டத் துளிர்க்கும் மரம் போல, பெண்ணும் நம்பிக்கையையும் துணிவையும் ஆணிவேராகக் கொண்டு ஒடிக்க ஒடிக்கத் துளிர்க்கிறாள்; வெட்ட வெட்ட வளர்கிறாள். நொறுக்க நொறுக்கப் படர்கிறாள். வேரோடு பிடுங்கி நட்டாலும் புதுமண் பற்றி உயர்ந்து செழிக்கிறாள். பரந்து விரிந்து நிற்கும் கிளைகளின் உயரத்தை உலகமே வியந்து பார்க்க முடியும். ஆனால் மண்ணுக்குள் அடக்கமாய்ப் புதையுண்டிருக்கும், கண்களுக்குப் புலப்படாத வேர்களின் ஆழத்தை எவரும் அறிந்ததில்லை.

சமூகத்தால், குடும்பத்தால் அடித்து வீழ்த்தப்படும் பெண்கள், தங்கள் வாழ்வின் கடைசி நம்பிக்கையும் அற்றுப்போய் வீழ்ந்த பெண்கள், சாம்பலிலிருந்து மீண்டெழுந்த பீனிக்ஸ் பறவைகளாய்த் தங்கள் துயரிலிருந்து மீண்டு, குடும்ப வேர்களாய், சமுதாய வேர்களாய் மாறிய நிகழ்வுகள் குறித்தே பேசப் போகிறோம். 'போதும் பொண்ணு' என பெண்ணை வெறுத்த இச்சமூகத்தில் வரலாறாய் மாறிய பெண்களைப் பற்றிப் பேசப் போகிறோம். வாழ்க்கை அவ்வளவுதான் என்றெண்ணிய பெண்களும், வாழ்வில் எதையேனும் சாதித்தே ஆக வேண்டும் என்றென்னும் பெண்களுமாய், என்னைச் சுற்றியுள்ள இவர்களிடமிருந்து நான் கவனித்ததையும் கற்றதையும் எழுத்துக்களாக்கியுள்ளேன்.

பெண் என்பவள் பிறப்பதில்லை, உருவாக்கப்படுகிறாள் என்கிறது பிரெஞ்சுப் பழமொழி. ஆம், சமூகத்தின் சாட்டையடிகள் அவள் மன உறுதியை மேலும் இறுக்குகின்றன. உளிகள் தரும் வலிகள் அவளைச் சிற்பமாக்குகின்றன. நெருப்பின் வெப்பம் தங்கமாய் ஜொலிக்க வைக்கிறது. தீட்டத் தீட்ட வைரமாய் மின்னுகிறாள். அவளைப் புனிதப்படுத்தியதிலும் அந்நியப்படுத்தியதிலும் எவ்வாறு சமூகம் முக்கியப் பங்கு வகித்ததோ, அதேபோல் அவள் வீறு கொண்டெழவும் சமூகமே முக்கியக் காரணியாகிறது. சமூகம் தனக்குக் கொடுத்ததை, தன் எழுச்சியின் மூலம் மௌனமாய் திருப்பித் தருகிறாள். வலி நிரம்பிய பக்கங்களால் நிரப்பப்பட்ட தன் வாழ்வை, வரலாற்றுப் பக்கங்களாய் மாற்றுவதற்குப் போராடிய பெண்கள் இவர்கள்.

ஏற்கனவே சமகாலத்தில் ஆங்காங்கே பதிவு செய்யப்பட்டுள்ள சாதனைப் பெண்களை விடுத்து, எந்தவிதப் பின்புலமும் இல்லாமல், தன்னுடைய முயற்சியினாலும் தன்னம்பிக்கையினாலும் தடைகளை உடைத்து வாழ்வை வென்ற, மாறுபட்டுச் சிந்தித்த, மறுக்கப்பட்ட உரிமைகளை மீட்டெடுத்த, சாமான்யப் பெண்களைக் குறித்தே பேசப்போகிறோம்.

இந்த சாமான்யப் பெண்கள் நம்மை தினமும் கடந்து செல்பவர்களாக இருக்கலாம். நீங்களும் நானும் பார்த்து வியக்கும் அக்காக்களாக, அம்மாக்களாக, அத்தைகளாக இருக்கலாம். வாழ்க்கைச் சேற்றில் உழன்று கடும் முயற்சிக்குப்பின் காலூன்றி நிற்கும் தங்கைகளாக, பிள்ளைகளாக இருக்கலாம். அகவாழ்க்கைக் கனவுகள் கசந்து போக, சாவின் விளிம்பை ருசித்து மீண்ட உங்கள் வீட்டு, நம்வீட்டுப் பெண்களாக இருக்கலாம்.

பார்வையைத் திருப்புவோம், வேர்களை நோக்கி.

"டீச்சர்... டீச்சர்... இனிமேல் இவ வீட்டுக்கு ஓடி வந்தா மூஞ்சிலேயே ஆசிட்ட ஊத்துங்க" என்ற குரல் கேட்டு, குனிந்து எழுதிக் கொண்டிருந்தவள் திடுக்கிட்டு நிமிர்ந்தேன். ஐந்து வயதுப் பெண்ணைப் பிடித்துத் தர தரவென இழுத்து வந்த அந்த இளம் தாய்க்கு மிஞ்சிப் போனால் இருபத்தைந்து வயதுக்குள் தானிருக்கும். அந்தத் துறு துறு குட்டிப்பெண் என் வகுப்பு இல்லையென்றாலும், அரசுப் பள்ளிகளில் ஒரு வசதி உண்டு. பள்ளிக்கு 'செட்' ஆகும் வரை பிடித்த டீச்சர்களிடம் இருக்க ஒன்றாம் வகுப்புக் குழந்தைகள் அனுமதிக்கப்படுவதுண்டு. அப்படி என்னிடம் வந்த வாண்டு அது.

அழகு எங்கள் அடையாளமல்ல

கிடைக்கும் இடைவேளைகளிலெல்லாம் வீட்டுக்கு ஓடி ஓடிப் போவதால், தன் தீப்பெட்டி ஒட்டும் வேலை கெடுகிறதே என்ற கவலை தாய்க்கு. அது மட்டுமல்ல, "தலைச்சான் ஆம்பளப் புள்ள பொறந்தா நீ அமோகமா வருவ" என்று குறி கேட்டு வந்ததற்கு மாறாக, பெண்குழந்தை பிறந்ததால், தாய்க்கும் தகப்பனுக்கும் அந்தக் குழந்தை மேல் கோபம். அதை அவ்வப்போது வெளிப்படையாய்க் காட்டுவதுண்டு.

'அதற்காக இப்படியெல்லாமா ஐந்து வயதுக் குழந்தையைத் திட்டுவார்கள்?' ஆச்சர்யமாக இருந்தது.

உடலையும் மனதையும் சிதைக்கும் ஆசிட் கொடூரம் பற்றி இந்தப் பெண்ணுக்கு என்ன தெரியும்? திருமணமான இரண்டு வாரத்தில் ஓடும் இரயிலில் ஆசிட் அடிக்கப்பட்ட பிரயாக் சிங், சொந்த சகோதிரியால் ஆசிட் வீசப்பட்ட தௌலத்,வேலூரர் குரிசிலா பட்டி பெண் காவலர் லட்சுமி அகர்வால், பெங்களூர் ஹசீனா இவர் களெல்லாம் ஆசிட்டின் தழும்புகளைத் தாங்கி துயரம் சுமப்பவர்கள். உயிரிழந்தவர்கள் பட்டியல் தனி. அவ்வளவு ஏன்? அரசியல் காரணங் களுக்காக பெண் ஐ.ஏ.எஸ். ஆட்சியர் மீதே ஆசிட் அடித்து சாதனை படைத்ததுதானே தமிழகம்? அந்தக் கொடூரத்தை அனுபவித்தவர்கள் சொல்வார்கள், ஆசிட் தங்கள் கனவுகளை, தங்கள் மகிழ்ச்சியை எப்படிச் சிதைத்ததென்று?

இந்தியாவில் மட்டும் ஆண்டுக்கு 250 முதல் 300 அமில வீச்சுகள் என்ற பதிவு செய்யப்பட்ட தரவுகளோடு, உலகின் முதலிடத்தில் நிற்கிறது இந்தியா. ஆனால் உண்மையில் நிகழ்வுகள் ஆயிரத்துக்கும் அதிகமாகவே இருக்கும் என்கிறது ஆசிட் சர்வைவர்ஸ் ட்ரஸ்ட் இன்டர்நேசனல் எனும் அமைப்பு.

90 சதவீதத்திற்கும் மேற்பட்ட அமில வீச்சுகளுக்கான காரணம் காதலும் குடும்ப வன்முறையாகவுமே இருக்கும் அதே சமயத்தில், உலகெங்கிலும் ஆசிட் வீச்சால் பாதிக்கப்படுவோரில் 80 சதவீதம் பேர் பெண்களே என்பதில் அதிர்ச்சியடைய ஒன்றுமில்லை. இரு ஆண்களுக்கிடையே பிரச்சினை என்றாலும்கூட அங்கும் அந்த வீட்டுப் பெண்தானே பழிவாங்கப்படுகிறாள்? ஆசிட் வீச்சுக்கு 10 வருடங்கள் வரை சிறைத்தண்டனை உண்டு என்பதெல்லாம் இவர்களுக்கு பயத்தைத் தருவதில்லை. "எனக்குக் கிடைக்கலேன்னா யாருக்கும் கிடைக்கக் கூடாது' என்ற ஆதிக்கச் சிந்தனையின் பொருட்டே, தன் காதல் மறுக்கப்படும்போது, எந்த அழகால் ஈர்க்கப்பட்டானோ அந்த அழகை அழிப்பதன் மூலம் தன் ஆண்மையை நிறுவ முயற்சிக்கிறான் ஆண்.

பெண்களைச் சிதைக்கும் குற்றவாளிகளின் வாழ்க்கை சில வருட சிறைத்தண்டனைக்குப் பிறகு இயல்பு வாழ்விற்குத் திரும்பிவிட, அமில வீச்சுகளுக்கு ஆளாகும் பெண்கள், வாழ்க்கை முழுவதும்

வலிகளுடன் வடுக்களையும் அவமானங்களையும் சுமந்து கொண்டே வாழ்வை நகர்த்த வேண்டியுள்ளது.

தமிழில் வெளிவந்த வழக்கு எண் 18/9 என்ற திரைப்படம், ஆசிட் வீச்சால் ஒரு பெண் படும் துயரை, வலியை மிகச் சிறப்பாகப் பதிவு செய்திருந்தது. வழக்கம்போல பணக்காரக் குற்றவாளியை மறைக்க, ஒரு ஏழைப் பையனைப் பகடைக்காயாக்கி செய்யும் சித்திரவதை யையும் பாதிக்கப்பட்ட பெண்ணிற்கான நீதி மறுக்கப்படுவதையும் அழுத்தமாகக் காட்டியது. இறுதிக் காட்சியில் அதுவரை தழும்புகளை மறைத்து வந்த பெண், தன் முகம் காட்டி தனக்கு அநீதி இழைத்த காவலர் மீது அதே ஆசிட் ஊற்றுவதாக முடிவடையும். ஆனால் ஆசிட்டுக்கு ஆசிட் தீர்வல்ல என்பதுதான் நியதியென்றாலும் கூட அந்தப் பெண்ணின் வலியை நமக்கு உணர்த்துவதற்காக இந்த முடிவை இயக்குநர் பாலாஜி சக்திவேல் அமைத்திருக்கலாம்.

இதுபோன்று, தன் மீது விழுந்த ஆசிட் அபிசேகத்தால் சாவின் விளிம்பு தொட்டுத் திரும்பியவள், சற்றும் துவண்டுவிடாமல் தன்

போன்ற பெண்களுக்கான விடியலுக்குத் துவக்கவுரை எழுதியிருக் கிறாள் ஒரு பெண். இல்லையில்லை, ஒரு குழந்தை. 17.11.1994 - அரபிக் கடலோரம் மும்பையில் அன்மோல் ரோட்ரிக்ஸ் என்ற பெயருடன், அந்த அழகுப் பிஞ்சு இப்பூமிக்கு வந்தநாள். இந்தக் கொடூர உலகையும் மனிதர்களையும் அறியாத, பிறந்து 60 நாட்க ளேயான அக்குழந்தை பெருஞ்சிரிப்புடன் தாயின் மார்புகளில் புதைந்து தன் பசி தீர்த்துக் கொண்டிருந்தது. பெற்ற தகப்பனே தன்னைக் கொல்லத் துணிவான் என அந்த குழந்தைக்குத் தெரிய வில்லை பாவம்.

தன் குழந்தை ஆணாகவோ அல்லது பெண்ணாகவோ பிறப் பதற்கு தன்னுடைய குரோமோசோம்களே காரணம் என்பதை அறியாது, மனைவிகளைக் குற்றவாளியாக்கும் இலட்சக்கணக் கானோரில் ஒருவன் அக்குழந்தையின் தகப்பன். தான் விரும்பாத பெண்குழந்தையை, தாயுடன் சேர்த்துக் கொன்றுவிடும் நோக்கில், ஒரு கேன் ஆசிட்டுடன் வந்தான். வந்த வேலையை முடித்தான். சலனமின்றித் திரும்பி நடந்தான். பச்சிளம் குழந்தை துடியாய்த் துடித்தது. தாயின் முகம், உடலெங்கும் எரிந்து, சிதைந்தது. அன்மோலின் ஒரு கண் சிதைய முகம், உடலெங்கும் கொடூரக் காயங்கள். முழுவதும் சிதைந்த தாய் மரணிக்க, தந்தை சிறைக்குச் செல்ல, குழந்தை உடல் முழுக்கக் காயங்களுடன் ஒரு கண்ணை இழந்து உயிர் பிழைத்தது அதிர்ஷ்டமா துரதிர்ஷ்டமா தெரியவில்லை.

அடுத்த ஐந்து வருடங்கள் மருத்துவர்களும், செவிலியர்களும் அக்குழந்தையைத் தங்கள் கைகளில் ஏந்திக் கொண்டனர். பற்பல அறுவை சிகிச்சைகள், பராமரிப்பு என அத்தனை செலவுகளையும் ஏற்று அந்தப் பூவைத் தாங்கிக் கொண்டனர். தன் கோர முகம் குறித்த எந்தப் புரிதலும் இல்லாததால் அன்மோல் இயல்பாகவே வளர்ந்தாள். சிகிச்சைகளின் வலியைத் தாங்கிக் கொண்டாள். ஐந்து வயதான அன்மோலை ஸ்ரீ மானவ் சேவா சங் என்ற ஆதரவற்றோர் மையத்தில் சேர்ப்பித்தனர். அங்கும் அன்பும் கவனிப்பும் அதிகமாகவே கிடைத்தது.

ஆனால், இவரது தழும்பேறிய முகம் கண்டு பயந்த பிற குழந்தைகள் மற்றும் மும்பை SNDT பல்கலைக்கழகத்தில் சந்தித்த விரும்பத்தகாத பார்வைகளைப் புன்னகையுடன் எதிர்கொண்டே,

கடினமான பள்ளி மற்றும் கல்லூரிக் காலங்களைக் கடக்க நேரிட்டது. சாப்ட்வேர் டெவலப்பராக முதன்முதலில் பணியேற்றபோது, வாழ்வை வென்றுவிட்டதாகவே அவருக்குத் தோன்றியது. ஆனால் அழகை முகத்திலும் நிறத்திலும் உடல் அளவுகளிலும் தேடிக் கொண்டிருக்கும் சமூகம், அவரது சிதைந்த முகத்துடன் தினம் தினம் பயணிக்க விரும்பாததை உணர்ந்து பணியை உதறினார்.

வேலை தேடிச் செல்லுமிடமெங்கும் நிராகரிப்பே பரிசாகக் கிடைத்தது. ஆனாலும் சோர்ந்து அமர்ந்துவிடவில்லை. சக ஊழியர்கள் வெறுத்த, அருவெறுத்த தன் முகத்தை உலகுக்குக் காட்ட விரும்பியவர், நிதானமாக யோசித்தார். இந்த முகம்தான் என் அடையாளம், இந்தச் சிதைந்த முகத்துடன் உலகை எதிர்கொள்வேன் என உறுதி எடுத்தார். அவரது தன்னம்பிக்கை தனக்கான பாதையைத் தேர்ந்தெடுக்க உதவியது. இயல்பிலேயே அழகாக உடுத்துவதும் புதுப்புது நாகரிக அணிகலன்கள் அணிவதும் அன்மோலுக்கு விருப்பமான ஒன்று. கல்லூரியில் படிக்கும் காலத்திலேயே இவரது ஸ்டைலும் தன்னை நேர்த்தியாகக் காட்டிக் கொள்வதில் காட்டிய அக்கறையும் பலரையும் திரும்பிப் பார்க்கச் செய்திருந்தது.

எனவே ஃபேஸ்புக்கில் தன்னுடைய படங்களைத் தொடர்ந்து

பதிவிட, அவருடைய நேர்மறையான குணங்களும் தன்னம்பிக்கையும் நேர்த்தியான உடையலங்காரமும் நவீன பேஷன் குறித்த ஆர்வமும் அனைவரையும் கவர்ந்தது. அவரை நோக்கி புகைப்படக்காரர்கள் படையெடுக்க, மிக உற்சாகமாக இன்ஸ்டாகிராம் நோக்கி நகர்ந்தார். இப்போது பாராட்டுகளுடன் ஆடையலங்கார வல்லுநர்களும் பெரிய பெரிய கம்பெனிகளும் இவரைக் கவனிக்கத் துவங்கினர்.

கோடக் மகேந்திரா ஈவன்ட்டில் ரன்வீர் சிங்குடனான ஓர் உரையாடலுக்குப் பிறகு, நூற்றுக்கணக்கான மாடலிங் ஒப்பந்தங்கள் கையெழுத்தாகின. இன்ஸ்டாகிராமில் 232000 பேர் இவரைப் பின் தொடர, சமூக வலைத்தளங்களில் செல்வாக்கு மிகுந்தவராகத் திகழ்கிறார். நூற்றுக்கணக்கான பேஷன் ஷோக்களில் கலந்து கொள்கிறார். ஷப்னா ஆஸ்மியுடன் இணைந்து ஆன்டி ஜி என்ற குறும்படத்தில் நடித்ததன் மூலமாக, நடிகையாகப் புதுப் பரிமாணம் எடுத்துள்ளதோடு அப்படத்திற்காக சிறந்த நடிகைக்கான விருதையும் 2018-ல் கேஸ்ட்ரி திரைப்பட விழாவில் பெற்றுள்ளார். தன்னை வெறுத்தவர்களை, ஒதுக்கியவர்களைக் கண்டு மூலையில் அமர்ந்து விடாமல், தனக்குப் பிடித்த துறையில் புயலாய் நுழைந்து, தனக்கென ஒரு அடையாளத்தைப் பதிவு செய்துள்ள அன்மோல், பொது வாழ்க்கையிலிருந்து தன்னை மறைத்து வாழும், ஆசிட்டால் முகம் சிதைந்த பெண்களுக்கு மத்தியில் தன்னம்பிக்கையோடு தலை நிமிர்ந்து நிற்கிறார்.

தான் உயர்ந்ததோடு மட்டுமல்ல, தன்னைப்போன்ற பாதிக்கப் பட்ட பெண்களுக்கு ‘ஆசிட் சர்வைவர் சகாஸ் பவுண்டேசன்’ என்ற தொண்டு நிறுவனம் வாயிலாக, உளவியல் ஆலோசனைகளும் வாழ்வியலுக்கான உதவிகளும் செய்து வருகிறார். அவர்களை இயல்பு வாழ்க்கைக்குத் திரும்பச் செய்வதையே இந்நிறுவனம் நோக்கமாகக் கொண்டுள்ளது. இதுவரை 20 பெண்களுக்குப் புது வாழ்வை அளித்திருக்கிறார். தூக்கியெறியப்படும் தருணங்களில்தான் பெண்கள் தங்கள் சிறகுகளை விரிப்பதற்கான வாய்ப்பு கிடைக்கிறது. ஆம், பெண் குழந்தை வேண்டாம் என நினைத்த தகப்பனால் சாவின் விளிம்பைத் தொட்டு மீண்ட அன்மோல், வெளித்தோற்றம் கண்டு சமூகத்தால் வெறுத்து ஒதுக்கப்பட்ட அன்மோல், இன்று பேஷனுக் கான குறியீடாகத் தன்னைச் செதுக்கிக் கொண்டுள்ளார்.

"வாழ்க்கை என்பது ஆசிட்டுடன் முடிந்து விடுவதில்லை. அமிலம் எங்களின் முகத்தை மாற்றலாம். ஆனால் எங்களது ஆன்மாவை அழிக்க முடியாது. உங்களது அனுதாபமும் பச்சாதாபமும் எங்களுக்குத் தேவையில்லை. நாங்கள் எப்படி இருக்கிறோமோ அப்படியே எங்களை எங்களை ஏற்றுக்கொள்வது மட்டுமே நீங்கள் எங்களுக்குச் செய்யும் உதவி" எனக் கூறும் அன்மோல், இன்று உலகெங்கும் வாழும் பெண்களுக்கு உத்வேகத்தைக் கொடுத்துக் கொண்டிருக்கிறார். தன்னைப் போல் பாதிக்கப்பட்ட பலருக்கும் மீட்பராக இருக்கிறார்.

பெண்ணை அழகுசார் அடையாளமாகவே பார்க்கிறது இச்சமூகம். அழகியல் சார்ந்த விஷயங்களால் அவளை ஆராதித்து, அழகு நோக்கியே வழிநடத்தி, வேறு எச்சிந்தனையுமின்றி பெண்ணை எளிதாய் வீழ்த்த எத்தனிக்கிறது. நீண்ட முடியழகு, சிவந்த நிறமழகு, வடுக்களில்லா முகமழகு, எல்லாவற்றிற்கும் மேலாக மென்மையே பெண்மைக்கழகு என்று நம்ப வைக்கிறது.

அழகோடிருந்தால் மட்டுமே நீ ஜெயிக்க முடியும், முகத்தில் பருக்களுடைய பெண்ணோ, கருமை நிறமுடைய பெண்ணோ தங்கள் நிறுவன முகப் பூச்சுகளின்றி வாழ்வில் வெற்றி கொள்ள முடியாது என்று விளம்பரங்கள் மூலம் பல்வேறு நிறுவனங்களும் மூளைச் சலவை செய்துகொண்டிருக்க, உடல் முழுக்க வடுக்களுடன் ஒரு கண் பார்வையின்றி, தன்னம்பிக்கையின் மூலம் வாழ்வை வென்றிருக்கும் அன்மோல், பெரும் சமுதாய மாற்றத்திற்கான முதல் விடியல்.

தொடர்ந்து பயணிப்போம், வேர்களைத் தேடி...

அம்மாவுக்குக் கல்யாணம்

“அற்பனுக்கு வாழ்வு வந்தா அர்த்த ராத்திரில குடை பிடிப்பானாம். ஆனாலும் ரெண்டாங் கல்யாணத்துக்கு இம்புட்டு ஆடம்பரம் ஆகாது”. கெட்டி மேளச் சத்தத்தை மீறி, பின்னாலிருந்து குரல் வந்தது. திரும்பிப் பார்த்தேன். மெல்லிய குரலென நினைத்துப் பேசிக்கொண்டிருந்த பெண்கள் அசடு வழிய சிரித்துவிட்டுப் பேச்சைத் தொடர்ந்தனர்.

அது ஒரு திருமண வீடு. மணப்பெண்ணின் முதல் திருமணம் தோல்வியுற்றதால் நடைபெறும் மறுமணம், அப்பெண்களின் வாயில் அவலாகிக் கொண்டிருந்தது. கணவனை இழந்தவர்கள், பிரிந்து வாழ்பவர்கள், மணமுறிவு பெற்று வாழ்பவர்கள், திருமணமாகா தவர்கள் என, தனித்து வாழும் கணிசமான பெண்களால் நிரம்பிக் கிடக்கிறது இந்தச் சமூகம். ஆனாலும்கூட, ஒரு பெண்ணிற்கு மறுமணம் என்பதை இன்னும் இங்கு இயல்பாக ஏற்றுக்கொள்ள முடிவதில்லை. பெண்களின் சிறகுகளை முறிப்பதில் இதுபோன்ற பெண்களுக்கும் பங்குண்டு.

'உலகப் பெண்களின் முன்னேற்றம் 2019 - 2020; மாறும் உலகில் குடும்பங்கள்' என்ற தலைப்பின் கீழ் தரப்பட்டுள்ள ஐ.நா.வின் அறிக்கை, உலகிலேயே கணவனை இழந்த பெண்கள் அதிகம் வாழும் நாடுகளின் பட்டியலில் முதலிடத்தில் இருக்கிறது இந்தியா. அதே நேரத்தில் இந்தியாவில்தான் மிகக் குறைந்த அளவில் 1.3 சதவீத விவாகரத்துகள் (1000 திருமணங்களில் 13 திருமணமே மணமுறிவு) நடைபெறுவதாகவும் குறிப்பாக நகர்ப்புறங்களில் மட்டுமே நிகழ்வதாகவும் கூறுகிறது. இந்த இரண்டு முரண்களுக்குமான காரணத்தை ஆராய்ந்தால் மீண்டும் பெண்ணடிமை, ஆணாதிக்கம் என்ற சக்கரங்களுக்குள்ளேயே சுழல வேண்டியிருக்கும். இந்தியாவின் இந்த மிகக் குறைவான மணமுறிவுகளுக்கு பின்னால் இருப்பது மகிழ்வான, புரிதலான திருமண உறவா? அல்லது சமுதாய அழுத்தமா? என்பதும் உள்ளங்கை நெல்லிக்கனியே.

பில்கேட்ஸ் - மெலிண்டா இணையரின் திருமண முறிவு அறிக்கையைக்கூட ஏற்றுக்கொள்ள முடியாமல் பொங்கும் கூட்டத்தை சமூக வலைதளங்களில் பார்க்க முடிகிறது. ஏனெனில், இன்றும் இங்கு விவாகரத்து என்பது, தனி மனித உறவுகளில் ஏற்படும் சிக்கல் எனப் புரிந்து கொள்ளப்படாமல், வெட்கத்திற்குரியதாகவும் அவமானத்திற்குரியதாகவும் குடும்ப கௌரவமாகவும் மட்டுமே பார்க்கப்படுகிறது.

இந்தியாவின் முதல் (கணவனை இழந்த) பெண் மறுமணம் 1856 டிசம்பர் 7 ஆம் தேதி ஈஸ்வர சந்திர வித்யாசாகரின் முயற்சியால் வங்கத்தில் நடைபெற்றதாக வரலாறு கூறுகிறது. ஆனால் இன்றும்கூட கணவனை இழந்த பின்போ அல்லது மணமுறிவுக்குப் பின்போ மறுமணம் செய்யத் தயங்கி, துவண்டு நிற்கும் பெண்களே இங்கு அதிகம். அங்கொன்றும் இங்கொன்றுமாக மறுமணங்கள் இன்று பரவலாக மனதளவில் ஏற்றுக் கொள்ளப்பட்டாலும்கூட, ஆணின் மறுமணம் போலப் பெண்ணின் மறுமணம் எளிதாகக் கைகூடுவதில்லை.

குறிப்பாக குழந்தையுடைய பெண்கள் மறுமணம் செய்யக்கூடாது என்றே உலகம் எதிர்பார்க்கின்றது. பெண் என்பவள் ஆணைச் சார்ந்தே வாழவேண்டும் என நிர்பந்திக்கும் இதே சமூகம், இணையர் இறந்து விட்டாலோ, பிரிந்து விட்டாலோ பெண் தனியாகவே

வாழ்ந்து முடிக்க வேண்டும் என்றும் எதிர்பார்க்கிறது. குழந்தையுடன் மறுமணம் நோக்கிச் சிந்திக்கும் பெண்ணைக் குற்ற உணர்ச்சிக்கு ஆளாக்கி, அவளை வாழ்நாளெல்லாம் காயப்படுத்திக் கொண்டே யிருக்கிறது, இன்றும். ஆனால் நாற்பது ஆண்டுகளுக்கு முன்பே பெண்களின் மறுமணம் குறித்துச் சிந்தித்திருக்கிறார் எழுத்தாளர் சூடாமணி. இவரது 'இரண்டாவது அப்பா' என்ற சிறுகதை, ஏழு வயதுக் குழந்தையுடன் கணவனை இழந்த கதைநாயகி துணிவுடன் இரண்டாம் திருமணம் முடித்து, அதனை எதிர்க்கும் தன் தாயையும் ஏற்கத் தயங்கும் மகனையும் அழகாகச் சமாளித்து, தன்னம்பிக்கை யுடன் புது வாழ்வைத் தொடர்வதை விவரிக்கிறது.

காலத்திற்கும் முன்பே ஒலித்த குரலாய், பெண்கள் மறுமணத்தை ஓங்கிச் சொல்கிறது. ஆர். சூடாமணியின் 'இரண்டாம் அப்பா' இன்றும் பெண்ணின் மறுமணத்தைக் கள்ளத்திருமணம் போல் நடத்தும் பெற்றோர்களுக்கிடையே தன் மகள் சௌந்தர்யாவின் மறுமணத்தை ஊரறிய நடத்தி, பொருள் பொதிந்ததாக மாற்றி, வாழும் உதாரணத் தந்தையாகத் திகழ்கிறார் நடிகர் ரஜினிகாந்த்.

இந்தச் சமூகத்தில் அப்பாவாக இருப்பதற்கும் அம்மாவாக இருப்பதற்கும் வேறுபாடுகள் உண்டு. அப்பா மறுமணம் முடித்தால் ஏற்றுக் கொள்ளும் குழந்தைகளால் அம்மாவுக்கு மறுமணம் என்பதை நினைத்துக்கூடப் பார்க்க முடிவதில்லை. காரணம், நாம் உருவாக்கி வைத்திருக்கும் அம்மா என்ற புனித பிம்பம். தன் உணர்வுகளை அழித்து, குழந்தைகளுக்காகவே தங்கள் வாழ்வை ஒப்புக் கொடுத்து விடுபவள்தான் தியாகத்தாய் என செல்களில் உறைந்து கிடக்கும் அழுக்கை அகற்றினாலன்றி பெண்ணிற்கான மறுமணங்கள் சாத்தியப் படாது. இப்படிப்பட்ட சூழலில்தான் அம்மாவிற்கும் தனிப்பட்ட வாழ்க்கை உண்டு என்பதைப் புரிந்து, தங்கள் தாய்க்குத் திருமணம் முடித்து வைத்து நம்பிக்கை வெளிச்சம் தந்திருக்கின்றனர் இரண்டு இளைஞர்கள், ஒருவர் தமிழகத்திலும் மற்றொருவர் கேரளாவிலும்.

அவர் பெயர் மினி. கேரளாவில் கொல்லம் அருகில் பள்ளிமோன் என்னுமிடம். திறமையான, அன்பான ஆசிரியை. மகன் கோகுல் ஸ்ரீதர். கணவரின் கட்டளைக்கிணங்க, குழந்தைக்காகப் பணியை உதறிய உதாரண மங்கை. திருமண பந்தம் சுகப்படவில்லை. தினந்தோறும் வாக்குவாதம், பிரச்சினை, சண்டை. குழந்தைக்காக

கசப்பான திருமண வாழ்வைச் சகித்துக்கொண்டு, பூட்டிய கதவுக்குள் சண்டையிட்டுக் கொண்டிருக்கும் இலட்சக்கணக்கானோரில் ஒருத்தியாக வாழ்ந்தார். அப்படியான ஒரு நாளில் தலையில் விழுந்த அடியால் இரத்தம் சொட்டச்சொட்ட நின்ற அம்மாவைப் பார்த்துப் பதறிய மகனிடம், "ஒன்னுமில்லடா, அம்மா உனக்காக என்ன வேணா தாங்கிக்குவேன்" என்று சொன்ன அம்மாவின் வார்த்தைகள் தன்னைத் தூங்க விடவில்லை எனக் கூறுகிறார் கோகுல் ஸ்ரீதர்.

கோகுல் ஸ்ரீதர்

ஏனெனில், இது போன்ற வன்முறைகள் அம்மாவின் மீது ஏவப்படுவது முதன்முறையல்ல. 'உனக்காகத் தாங்குவேன்' என்பது மினியின் வார்த்தைகள் மட்டுமல்ல. இந்தியாவின் பெரும்பான்மை அம்மாக்கள் தங்கள் குழந்தைகளுக்காகவே எந்தத் துன்பத்தையும் தாங்கிக்கொண்டு, திருமணபந்தத்தை இறுக்கிப் பிடித்துக் கொண்டிருக்கிறார்கள். சண்டை, சச்சரவு, பிரச்சினைகள் சூழ்ந்த சூழலில் வாழும், வளரும் குழந்தைகள் நம்பிக்கையின்மை, மன அழுத்தம், தனிமை உணர்வுடனே வாழ்வதாகக் கூறுகிறது சைல்ட் ட்ரெண்ட்ஸ் என்ற நிறுவனம் நடத்திய ஆய்வு.

கோகுலும் அப்படியே வளர்ந்தான், வாழ்ந்தான். தொடர்ந்த பிரச்சினைகளுக்குப் பிறகு, தன் அம்மாவின் கையைப் பிடித்துக் கொண்டு, அப்பாவின் வீட்டை விட்டு வெளியேறிய அந்தக் கணத் தில் அவருக்கென ஒரு வாழ்வை அமைத்துத் தரவேண்டும் என, தான் முடிவெடுத்ததாக கோகுல் கூறுகிறார். தனக்காகத் தன் தாய் இதுவரை அனுபவித்த கொடுமைகளின் முற்றுப் புள்ளியாக மறுமணத்தை யோசித்திருக்கிறார் இந்த இளைஞர். "எனக்காக இவ்வளவு காலம் எல்லாவற்றையும் எதிர்த்து வாழ்ந்த அம்மா, கொஞ்சம் தனக்காகவும் வாழட்டும் என விரும்பினேன்" எனக் கூறும் கோகுல், மறுமண முடிவுக்குத் தன் தாயை சம்மதிக்க வைக்க, பெருமுயற்சி எடுக்கவேண்டி இருந்திருக்கிறது.

தன் தாயின் பள்ளிப்பருவ நண்பன் வேணு என்பவரே வரனாக வந்தபோது இந்த மறுமணம் கைகூடியிருக்கிறது. தன் அம்மாவின் மறுமண முடிவை மற்றவர்கள் தவறாகச் சித்தரித்துவிடக் கூடாது என்பதே கோகுலின் கவலையாக இருந்தது. அதனால் அவரே இந்த நிகழ்வை முகநூலில் பகிர்ந்து "அம்மாவின் இரண்டாவது திருமண முடிவை ஏற்றுக்கொண்டு, அவருக்கான மரியாதையை அளியுங்கள்" என்று கூறிய இந்த முற்போக்கு இளைஞனை சமூக வலைத்தளங்கள் கொண்டாடித் தீர்க்கின்றன. "அப்பாக்கள் மறுமணம் செய்தால் ஏற்றுக்கொள்ளும் குழந்தைகள், அதையே அம்மாக்கள் செய்தால் ஏன் ஏற்றுக்கொள்வதில்லை?" என்று முடித்த கோகுலின் நியாயமான கேள்விக்கு இளைஞர்களே பதிலாக வேண்டும்.

தமிழ்நாட்டின் சித்தார்த்தன் கருணாநிதி எழுதியுள்ள, Right to Marry என்ற நூலை வாசித்துவிட்டு, அவரைத் தொடர்புகொண்டு I'm Proud of you என்று கூறிய என் வார்த்தைகளுக்குக் கேள்விகளாலேயே சாட்டை வீசுகிறார் அவர். "இதில் பெருமைப்படுவதற்கு என்ன இருக்கிறது? இன்றும் இதைப் பெருமையாகப் பேசுகிறோம் என்பதே வேதனைக்குரிய விஷயமல்லவா? இது சாதாரணமான, இயல்பான ஒரு நிகழ்வாக மாற இந்தச் சமூகத்திற்கு இன்னும் எத்தனைக் காலம் பிடிக்கும்?" என்று கேள்வியால் அசரடிக்கும் சித்தார்த், தந்தை இறந்து பத்தாண்டுகள் கழித்து, தன் அம்மா செல்விக்கு 47 வயதில் மறுமணம் செய்து வைத்திருக்கிறார்.

கள்ளக்குறிச்சி மாவட்டம், வலையாம்பட்டு என்ற கிராமத்தில் வறுமையில் சுழன்ற குடும்பம் அது. 2009-ல் கணவர் இறந்துவிட, கல்லூரியில் அடியெடுத்து வைத்திருந்த சித்தார்த் கருணாநிதி, பதினொன்றாம் வகுப்புப் படித்துக் கொண்டிருந்த மகிழ்னன் என்ற இரு மகன்களோடு, வறுமையுடன் மல்லுக்கட்டிக் கொண்டிருந்தார் செல்வி அம்மாள். இளம் வயதில் கணவனை இழந்த பெண்கள் படும் அத்தனை கஷ்டங்களையும் அனுபவித்தார்.

வழக்கமான தமிழ் அம்மாவாக தன் ஆசாபாசங்களைத் தள்ளி வைத்து, தன் பிள்ளைகளின் படிப்பிற்காக உழைத்துத் தேய்ந்தார். மகன்கள் இருவரும் படித்து, வேலை தேடி, நகரம் நோக்கி நகர்ந்து விட தனிமை அவரைத் தின்றது.

நல்லகாலம், சராசரி மகன்களாய் இல்லாமல், இருவரும் தாயின் வலியை உணர்ந்து கொண்டனர். சித்தார்த், தன் தம்பியோடு கலந்தாலோசித்து அம்மாவுக்கு மறுமணம் செய்யும் முடிவைக் கையிலெடுத்தார். ஆனால் பிள்ளைகளின் எதிர்காலம் குறித்தும் சமூகத்தின் கட்டமைப்பு குறித்தும் கவலைப்பட்ட செல்வி அம்மாள் மறுத்து ஒதுங்கினார். மனம் தளரவில்லை சித்தார்த்தன். 2017-ல் ஆரம்பித்த பேச்சுவார்த்தை, நேரம் கிடைக்கும்போதெல்லாம் தொடர்ந்தது. இறுதியில் பிள்ளைகளே வென்றனர். அருகிலுள்ள சூலாங்குறிச்சியில் மறுமணம் முடிய, இன்று மொத்தக் குடும்பமுமே உற்சாகத்தில்.

“பத்தாண்டுகளுக்கு முன்பே எனது ஆசிரியர் ஒருவர் அம்மாவின் மறுமணம் குறித்து என்னிடம் பேசியபோது அருவெறுப்பாக இருந்தது. ஆனால் நானும் காதலித்து, பிரிவு நேரிட்டபோதுதான், அம்மாவிற்கு மறுமணம் தேவை என்பதை உணர்ந்தேன்” என்கிறார் கோவையில் ஆங்கில மொழிப் பயிற்றுனராக இருக்கும் சித்தார்த் கருணாநிதி. “ஆணோ, பெண்ணோ இணையரில் ஒருவர் இறந்து விட்டால் சிறிது காலம் எடுத்துக் கொண்டு மீண்டும் மணம் புரிவதில் என்ன தவறு?” என்று அவர் கேட்கும் கேள்வியின் நியாயத்தை ஆண்கள், பெண்கள் அத்தனை பேரும் உணர வேண்டிய தருணமிது.

“நான் கணவரை இழந்து தனியாக இருந்தபோது உதவி கேட்டு எந்த ஆண்களிடமாவது பேசினால் கூட, என்னைத் தவறாகப் பேசியவர்கள், நான் மறுமணம் முடித்த பிறகு என்னை அவ்வாறு பேசுவதில்லை. என் மீதான அவர்கள் பார்வை மாறியிருக்கிறது” என மகிழ்ச்சியோடு கூறும் செல்வி அம்மாளின் வார்த்தைகளிலுள்ள மற்றொரு கோணம் பெண்கள் மறுமணத்திற்கு வலுசேர்க்கிறது.

இந்தியாவில் **1.36** மில்லியன் பேர் விவாகரத்தானவர்கள் என்றும், **40** மில்லியன் பெண்கள் கணவரை இழந்தவர்கள் என்றும் **2016**-ல் வெளியான BBC அறிக்கை கூறுகிறது. குறிப்பாக, தனித்து வாழும் ஆண்களை விட, தனித்து வாழும் பெண்களின் எண்ணிக்கை இந்தியாவில் மிக அதிகம். முறிந்து போகும் திருமண பந்தங்களிலும் முடிந்துபோன திருமண வாழ்க்கையிலும் தோற்றுப் போய்விட்டோம் என்று எண்ணாமல் மீண்டும் ஒரு வாழ்வை ஏற்றுக்கொள்ளப் பெண்கள் முன்வர வேண்டும். புராதனச் சிந்தனைகளைத் தூக்கிக் கொண்டு, தனிமையில் உழலாமல், விருப்பமான வாழ்வை அமைத்துக் கொள்வதில் தவறேதுமில்லை.

ஊர் உலகத்திற்காகவும் எப்போதும் எதையாவது பேசக் காத்திருக்கும் அந்த 'நாலு பேரு'க்காகவும் கவலைப்பட்டு, பெண் தன்னைத் தியாகியாகக் கட்டமைக்காமல், தனக்கான வாழ்வை வாழ முற்பட வேண்டும். பெண்களின் மிகப் பெரிய தயக்கமே, குழந்தை களின் அன்பையும் மரியாதையையும் இழந்து விடுவோமோ? என்பதாகவே இருக்கிறது. குழந்தைப் பருவத்தில் அவர்களுக்கு இந்தப் புரிதல் இல்லாமல் இருக்கலாம். ஆனால், புரிந்த பருவத்தில் அன்பையும் மரியாதையையும் நிச்சயம் அளிப்பார்கள் என்பதே கோகுலும் சித்தார்த்தும் உணர்த்தும் செய்தி.

கோகுலும் சித்தார்த்தும் தங்கள் பதின்ம வயதில் யோசித்ததை, ஒன்பது வயதில் செயலாக்கி, தன் தாயின் திருமணத்திற்குத் தாலி எடுத்துக் கொடுத்திருக்கிறார் தென்காசியைச் சேர்ந்த தர்ஷன். மணவிலக்குப் பெற்று வாழ்ந்து வந்த தென்காசி கல்லூரிப் பேராசிரியை சுபாஷினிக்கும் திரைத்துறையைச் சேர்ந்த ஓவியர் ஆதீஸ்வரனுக்கும் அண்மையில் நடைபெற்ற திருமணத்தில், சுபாஷினியின் மகன் தர்ஷன் தன்னுடைய அம்மாவின் திருமணத் துக்குத் தாலி எடுத்துத் தந்து, மகிழ்வுடன் பார்த்து ரசித்த காட்சிகள்,

வேர்களாகும் விழுதுகள் ♦ 33

ஊடக உலகில் செய்தியாகி நிரம்பி வழிய நம் மனமும் தர்ஷனுடன் இணைந்து மகிழ்ச்சியால் நிரம்புகிறது.

சமூகத்தைக் கண்டு அச்சப்படும் பெண்களுக்கு மத்தியில் மினியும் செல்வி அம்மாளும் சுபாஷினியும் உதாரணங்களாகி வாழ்கின்றனர். அவர்கள் மட்டுமல்ல கோகுல் ஸ்ரீதரும் சித்தார்த் கருணாநிதியும் தர்ஷனும் இம்மாற்றத்துக்கு வேர்களாகி நிற்கிறார்கள். ஆம், வேரால் விளைந்த பயன்தரும் மரமே சமூக மாற்றம்.

தொடர்ந்து பயணிப்போம், வேர்களைத் தேடி...

எத்தனை எத்தனை இளமைகள் போயின;
எத்தனை எத்தனை இனிமைகள் போயின;
கடலில் மடிந்தார்கள்; காட்டிடையே செத்தார்கள்;
படகோடு எரிந்தார்கள், பாலமுத வாயாலே
குப்பி அடித்தார்கள், குண்டணைந்து போனார்கள்

என்ற கவிஞர் புதுவை ரத்தினத்துரையின் கவிதை வரிகளைத் தொடர முடியாமல் துயரம் மனதைப் பிசைகின்றது; அந்தப் போர்ச் சூழல் கண்முன் விரிகின்றது. உலகெங்கும் போர்தான் எத்தனை யெத்தனை உயிர்களைக் காவு வாங்கிப் பசிதீரா மிருகமாய் இன்னும் அலைந்து கொண்டிருக்கிறது?!

கி.மு. 490-ல் உலக வரலாற்றில் பதிவான முதல் போரான பெர்ஷியர்கள் கிரீஸ் மீது தொடுத்த மாரத்தான் போர், ஏதென்ஸ்வாசிகளை நசுக்கிக் கொன்றது. அன்று தொடங்கி இன்று வரை போருக்கான காரணங்கள்தான் மாறுகின்றனவேயொழிய, விளைவுகள் என்னவோ அப்பாவி மக்களின் உயிரிழப்பும் பசியும் பட்டினியுமாகத்தான் இருக்கிறது. அதற்கு சமீபத்திய உதாரணமாய், ஏமனில் நடந்த உள்நாட்டுப்போர் உணவுப் பற்றாக்குறையைக் கொண்டுவந்ததால், பசி, பஞ்சம், பட்டினி என, சிறுவர் சிறுமிகள் கதறியதைத் தொலைக்காட்சியில் பார்க்க முடிந்தது.

யுத்தத்திலிருந்து உயிர்த்தெழுந்தவள்

யுத்தம் என்பது நமக்கு ஒரு சொல் மட்டுமே. அதன் வீரியத்தை நாம் உணர்ந்ததில்லை. சேர, சோழ, பாண்டிய மன்னர்களின் ஆட்சிக்குப் பின் கிட்டத்தட்ட 800 ஆண்டுகளாக நாம் யுத்தத்தின் அருகாமையைப் பெரிதாய் அனுபவித்ததில்லை. இந்தியா - பாகிஸ்தான் இடையே இதுவரை நான்குமுறை அறிவிக்கப்பட்ட போர்களும் ஒருமுறை அறிவிக்கப்படாத போரும் பலமுறை எல்லைச் சண்டைகளும் நடைபெற்றிருந்தாலும், அவ்வப்போது இந்திய - சீன எல்லைப் பிரச்சினைகள் தலைதூக்கினாலும் அவற்றின் தாக்கம் தமிழ்நாட்டில் பெருமளவில் இருக்கவில்லை. அதனாலேயே நமக்கு யுத்தத்தின் தீவிரத்தன்மை புரிந்ததில்லை. ஆனால் 16 கடல் மைல் தூரத்திலுள்ள ஈழத்தில் நடந்த போர், நம்மைப் போருக்கு மிக நெருக்கமாக அழைத்துச் சென்றது. பாதிக்கப்பட்டவர்கள் நமது உறவு என்பதால் நமக்குத் தசை ஆடியது. அங்கு அடித்தபோது இங்கு வலித்தது.

நம் கண்ணுக்கெட்டிய தூரத்தில், கிட்டத்தட்ட முப்பத்தைந்து வருட கால நெடிய துயரை ஈழத்தமிழர்கள் அனுபவித்தனர். வானில் நாம் நிலவைப் பார்த்து, ரசித்து, கவிதையெழுதி, குழந்தைகளுக்குப் பால்சோறூட்டிக் கொண்டிருந்தபோது, குண்டு போடும் விமானங்களை வானில் கண்டு பயந்து, பதுங்கு குழி தேடி அலைந்தனர் அங்கிருந்தோர். போரியலையே வாழ்வியலாகக் கொண்டு வாழ்க்கையைக் கடத்தினர். யுத்தம் முடிந்து ஆண்டுகள் பன்னிரெண்டு கடந்து விட்டன. ஆனால் யுத்தம் விட்டுச் சென்ற வாழ்க்கை அவ்வளவு எளிதாகவோ, இனிதாகவோ இருக்கவில்லை. அப்படியொன்றும் மகிழ்ச்சிகரமான மனநிலையைத் தந்துவிடவில்லை இந்த யுத்தம் கடந்த பொழுதுகளும்.

ஏனோ... ஏனோ
பசுமையாக வேண்டிய மனம்
இன்னும் தரிசாகத்தான் கிடக்கிறது
உழக்கப்பட்ட மனம் உழப்பட்ட நிலம் போல
கிளறுண்டுக் கிடக்கிறது
தண்ணீர் வறண்ட வெறுமைமிகு பள்ளத்தாக்கு போல்
கண்ணீர் வறண்ட காயத் தழும்புகளோடு
மூடிக் கிடக்கிறது மனது

முகநூலில் கிடைத்த இந்தக் கவிதைக்குச் சொந்தக்காரர், இலங்கையைச் சேர்ந்த லதா கந்தையா. யுத்தம் விட்டுச் சென்ற வாழ்வின் மிச்சத்தை, வடுக்களுடன் வாழ்ந்து கொண்டிருப்பவர். வாழ்வைச் சிதைத்துப் போட்ட யுத்தத்தின் சாம்பலிலிருந்து பீனிக்ஸ் பறவையாய் எழுந்தவரின் ஆளுமை இன்று எழுத்தாளர், கவிஞர், ஆசிரியர், புகைப்படக் கலைஞர், நடிகர், சமூக சேவகர் என பற்பல அடையாளங்களால் நிரம்பிக் கிடக்கிறது. தொலைபேசியில் அழைத்ததும், "நல்ல காலம், தமிழகத்திற்கும் இலங்கைக்குமான பாலம் இல்லாதது எங்கட மக்களுக்குப் பெரு நன்மை. ஏனென்டால், தமிழ்நாட்டில் நடக்கும் எதுவும் இலங்கையில் தாக்கத்தை ஏற்படுத்தும், தமிழ் சினிமா முதல் கொரோனா வரை" என, சிரித்துக் கொண்டே கதைக்கத் துவங்கினார் கிளிநொச்சியைச் சேர்ந்த லதா. இலங்கை இளைஞர் கூட்டம் தமிழ் சினிமாவின் முன் மண்டியிட்டுக் கிடப்பதில் ஆகப் பெரும் ஆதங்கம் அவருக்கு.

யுத்தத்தின் கொடூரத்தைத் தன் வாழ்நாள் முழுக்க அனுபவங்களாய் ஏந்தி வாழ்வை நகர்த்திக் கொண்டிருப்பவர், தான் ஒரு யுத்தபூமியில் சமர் செய்யப்போகிறோம் என்பதறியாது **1979**-ஆம் ஆண்டு ஏப்ரல் **24**-ஆம் நாள் கிளிநொச்சியில் பிறந்தவர். அம்மா அப்பாவிற்குச் சொந்த ஊர் யாழ்ப்பாணம். எனினும், வாழ்க்கை நடத்துவதற்காக வந்த ஊரே கிளிநொச்சி. பொம்மைகளை வைத்து விளையாட வேண்டிய வயதில் பதுங்குகுழிகளில் நடைபழகினார். குண்டுச் சத்தங்களே வாழ்வின் பெரும்பகுதியை ஆக்ரமித்திருந்தன. சிரித்து, மகிழ்ந்து, பேசி, விளையாடக்கூடிய இளமைப் பருவம் கூட ஆரோக்கியமானதாக இல்லை. வகுப்பறைகள் மரத்தடியிலோ, இடிந்த கட்டிடங்களுக்குள்ளோ நடந்தன. இவர் இரண்டாம் வகுப்புப் படித்துக் கொண்டிருக்கையில், அதாவது ஏழு வயதுச் சிறுமியாய், தாயின் சேலை முந்தானை பிடித்து நடந்து கொண்டிருக்கையில் அந்தக் கோரச் சம்பவம் நடந்தது. ஆம், யுத்தம் இவர்களைத் துரத்தத் துரத்த, ஊர் விட்டு ஊர், எல்லை விட்டு எல்லை நகர்தலே வாழ்வாகிப் போயிருந்த காலம் அது. ஏழு வயதுச் சிறுமியை அநாதையாக்கப் போகிறோம் எனத் தெரியாமலே கொடூரமான அந்தக் காலை விடிந்தது, **1986**-ஆம் ஆண்டு மே ஏழாம் நாள். வழக்கம் போல பங்கருக்குள் மறைந்திருந்து அவ்வப்போது வெளியே வந்து வாழ்வைக் கடத்திக் கொண்டிருந்த பொழுதில், நகர்ப்பகுதியில் இருந்த

மக்களைத் தள்ளிப்போகச் சொன்னார்கள் போராளிகள். இறுதிப் போரில் முள்ளி வாய்க்காலில் கிடந்த அவலங்கள் அன்று கிளிநொச்சியில் காணப்பட்டன. சாலையோரங்களிலும் கால்வாய்களிலும், செல்லடித்ததால் உயிர் துறந்த அப்பாவிகளின் உடல்கள் சிதறிக் கிடந்தன.

கடுமையான போரின் நடுவே, போராளிகள் சாப்பாடு செய்து தரச் சொல்லிக் கேட்கின்றனர். "எங்கட உரிமைக்காகப் போராடும் எங்கட அண்ணாமாருக்கும் அக்காள்மாருக்கும் உணவு சமைத்துத் தருவதுதானே தர்மம்?" என நடுவில் நம்மிடமே வினாத் தொடுக்கிறார். "ம்ம்ம்ம்" என பலகீனமாய் முனகினேன். வேறென்ன சொல்ல? இவரது தாய் உணவு சமைக்க, அதனை எடுத்துக்கொண்டு தாய், தந்தை, லதா மூவரும் போராளிகள் இருந்த இடத்திற்குச் செல்லும்போது அந்தக் கொடூரம் நிகழ்ந்தது. சூழலின் விபரீதம் புரியாத அக்குழந்தை சந்தோசமாக, தாய், தந்தையுடன் கதைத்தபடி முன்னும் பின்னும் ஓடிக் கொண்டிருக்க, எங்கிருந்தோ வந்த குண்டுகள் அவரது அப்பாவையும் அம்மாவையும் வீழ்த்தின. கண்ணெதிரே தாயும் தந்தையும் இரத்தம் சொட்டச் சொட்ட வீழ்ந்து கிடந்த காட்சி இன்னும் கண்களில் தேங்கி நிற்பதாகக் கூறுகிறார் லதா.

ஏழு வயதுக் குழந்தை அறிந்திருக்கவில்லை, தந்தை தாய் இருவரும் மரணித்து விட்டனர் என்பதை. அறியாப் பருவத்தில் யாருமற்ற அநாதையாய்த் தவித்து நின்ற குழந்தையை, கிட்டத்தட்ட மூன்று ஆண்டுகள் அக்கம் பக்கத்தாரும் குடும்ப நண்பர்களுமே பாதுகாத்து வளர்த்தனர். ஆம், யுத்தம் இன்னும் மனிதாபிமானத்தைச் சிதைக்கவில்லை என்பதற்கு இவரது வாழ்க்கையே சாட்சி.

மூன்றாண்டுகளுக்குப் பிறகு, யுத்தத்தின் சத்தம் கொஞ்சம் குறைந்திருந்த பொழுதில், யாழ்ப்பாணத்திலிருந்த உறவினர்களின் வீட்டுக்கு அனுப்பப்பட்டார். பதினான்கு வயதாகும்போது கிராம நிர்வாக அலுவலர் மூலமாக போராளிகள் அமைப்பிடமிருந்து தகவல் வந்தது, போரில் தாய், தந்தையை இழந்த குழந்தைகளைத் தாங்களே படிக்க வைப்பதாக. அதையும் முழுமனதோடு ஏற்றுக் கொண்டார். காரணம் கேட்டபோது, "பெண் போராளிகளின் வீரமும், அணிந்திருந்த சீருடை உடுப்பும், இருசக்கர வாகனத்தில் வந்திறங்கும் ஸ்டைலும், இடைவிடாத போராட்டக் குணமும்

எங்களைக் கவர்ந்திழுத்தது. இன்றைக்கு சினிமா நாயகர்களைப் பார்த்துப் பொடியன்கள் வியப்பதுபோல, அன்று அவர்களே எங்களுக்கு ஆதர்ச நாயகர்களாகத் தெரிந்தார்கள். அவர்கள் பாலிருந்த ஈர்ப்பும், அதையும் தாண்டி என் பெற்றோரை நான் இழந்திருந்ததால் ஏற்பட்ட காழ்ப்புணர்ச்சியும்கூட, அவர்கள் கூப்பிட்ட உடனே என்னைப் போக வைத்தது" என்கிறார். அது மட்டுமல்ல, போர்ப்பயிற்சி பெற்ற சான்றிதழ் இருந்தால் மட்டுமே உயர்கல்வி படிக்க முடியும் என்ற நிலையும் அன்று இருந்திருக்கிறது. அதன்பின், 'செஞ்சோலை'யில் தீவிரமான படிப்பு. அத்தனை உதவிகளையும் அமைப்பே பார்த்துக் கொண்டது. ஓ.எல். (பனிரெண்டாம் வகுப்பு) தேர்வு மரத்தடியில் எழுதிக் கொண்டிருக்க, வானில் வட்டமிட்டன செல் அடிக்கும் போர் விமானங்கள். அப்படியே போட்டுவிட்டு பங்கருக்குள் ஒளிந்து, விமானம் தன் ஆகப்பெரும் கடமையைச்(?) செய்து நாசமடித்துச் சென்றபின், அந்த மாணவர்கள் எழுந்துவந்து தங்கள் தேர்வைத் தொடர்ந்தார்கள் எனும் செய்தியைக் கேட்கும் போதே பதறுகிறது.

படித்து முடித்த பின் உறவினர்களிடம் திரும்பப் போவதாகச் சொல்லிவிட்டு யாழ்ப்பாணம் திரும்பியிருக்கிறார். பின் திருமணம், குழந்தைகள் என, போருக்கிடையே அகவாழ்வும் நகர்ந்தது. கருவுற்ற நாளிலிருந்து மருத்துவர் கண்காணிப்பில், முழு ஓய்வுடன் பிரசவிக்கும் இன்றைய காலப் பெண்களுக்கு, போரின் ஊடாகவே குழந்தை பெற்றுக்கொண்ட லதா ஒரு ஆச்சர்யக்குறியாகவே இருக்கக்கூடும். பங்கருக்குள் பதுங்கியிருக்கும் ஒரு காலகட்டத்தில் பிரசவ வலி எடுத்துவிட, எந்த மருத்துவர் துணையுமின்றி இரண்டடி அகலத்தில் ஆறடி ஆழமுள்ள பங்கருக்குள் பிரசவித்த அந்தத் தாயின் வலியை யாரறிய முடியும்? பிரசவித்த ஓரிரு மணிநேரத்தில், படைகள் இவர்கள் இருந்த இடம் நோக்கி நகரும் தகவல் கிடைக்க, குருதி வாசம் வீசும் பிறந்த குழந்தையைத் தூக்கிக் கொண்டு கிட்டத் தட்ட எட்டு மைல்கள் அடுத்த இடம் நோக்கி நடந்தே சென்றிருக் கிறார். போரின் உச்சக் கட்டத்தில், அரிசி விலை கிலோ 4000 என்ற நிலையும் அத்தனை பணம் கொடுத்தாலும் கிடைக்காத நிலையும்கூட ஏற்பட்டிருக்கிறது. குழந்தைகளோடு பசியும் பட்டினியுமாய் கழித்த நாட்களும் உண்டு.

அத்தோடு விட்டுவிடவில்லை இந்த யுத்த வாழ்க்கை. மீண்டும் போர் முடியுந் தருவாயில் 2008-ல் யுத்தம் மகனைப் பலியாக எடுத்துக் கொண்டதைக் கூறிக் கண் கலங்குகிறார். வழக்கமான ஒரு போர் நாளில், மூன்று குழந்தைகள் மற்றும் கணவருடன் பங்கருக்குள் வாழ்க்கை கழிந்து கொண்டிருக்க, மேலே ஷெல் அடித்துச் சென்றது ஒரு போர் விமானம். இரண்டு வயதுக் குழந்தைக்கும் போர் வாழ்க்கை பழகியிருந்தது என்றே சொல்ல வேண்டும். சத்தங்கள் அடங்கிய பின், மேலே மூடியிருந்த மணற் குவியல்களுக்கிடையேயிருந்து அனைவரும் வெளியேற, விமானம் சென்று விட்ட பெருமகிழ்ச்சியில், சிரித்தவாறு தன் தகப்பனை நோக்கி அதீத உற்சாகத்தில் ஓடோடிச் சென்று கட்டியணைத்த குழந்தை திடீரென மயக்கமடைய, இதயம் தன் துடிப்பை நிறுத்தியிருந்தது.

இது இவர் ஒருவரின் கதையல்ல. இல்லந்தோறும், குடும்பந் தோறும் யுத்தம் உருவாக்கிய இழப்புக்கள் ஏராளமாக நிரம்பியுள்ளன. பக்கத்து மாவட்டமான மட்டக்களப்பில் மட்டும், போருக்குப் பின் 90000 விதவைகள் இருந்ததாகத் தரவுகள் கூறுகின்றன. மட்டக்களப்பு பகுதி இன்றும் கைவிடப்பட்ட மக்களால் நிரம்பிக் கிடக்கிறது. திரிகோணமலைப் பகுதிகளில் கோழி அடைக்கும் கூண்டு போன்ற இடங்களில்தான் மக்களின் வாழ்க்கை நகர்ந்து கொண்டிருக்கிறது. அத்தனையும் கடந்தே இவர் தனது வாழ்க்கையை மீட்டெடுக்க வேண்டியிருந்தது. வாழ்நாள் முழுக்க இவர் பட்ட துன்பங்களால் துவண்டுவிடவில்லை. துன்பம் நம்மைத் தொடர்ந்து விரட்டும்போது, ஆரம்பத்தில் வேண்டுமானால் கண்ணீர் வரலாம். ஆனால் தொடர்ச்சி யாக துன்பத்தை அனுபவிக்க அனுபவிக்க, பிறகு வருவதெல்லாம் வைராக்கியம் மட்டுமே.

போர் முடிவுற்றபின், அடைக்கப்பட்டிருந்த முள்ளுக் கம்பிகளுக்கு அப்பால் எந்த நம்பிக்கையுமின்றி உயிரை மட்டும் கையில் பிடித்துக் காத்திருந்த பொழுதுகளில், காக்கைக்கு வீசுவதைப்போல் விசிறியடிக்கப்பட்ட உணவைப் பெற்றுக்கொண்ட பொழுதுகள் இவரது வைராக்கியத்தை மேலும் இறுக்கியிருந்தன. வெளியில் வந்ததும், தன்னைப்போல் பாதிக்கப்பட்ட மக்களுக்கு ஏதேனும் உதவிட வேண்டும் என்று முடிவு செய்தார். தன் கையிலிருந்த இரு குழந்தைகளுக்காக மட்டுமல்ல, தன்னைச் சுற்றிலும் தன்னைவிட

மோசமான வாழ்வை, போரின் சாபமாய்ப் பெற்றிருந்த பெண் களுக்குத் துளியேனும் உதவிட வேண்டுமானால், தான் முதலில் துயரிலிருந்து மீண்டெழ வேண்டுமென்று முடிவு செய்தார். 'தெளிவு' என்ற பத்திரிக்கையின் ஆசிரியராகப் பொறுப்பேற்கும் வாய்ப்புக் கிடைத்தது. அந்தக் கிறிஸ்தவப் பத்திரிக்கையின் ஆசிரியராக, அங்குள்ள கிறிஸ்தவப் பள்ளித் தலைமை ஆசிரியர்கள் மட்டுமே பொறுப்பு வகித்து வந்த நிலையில், முதன்முதலில் வெளியிலிருந்து வந்த இவருக்கு அவ்வாய்ப்பு வழங்கப்பட்டது. அதனை மிகச்சரி யாகப் பயன்படுத்திக் கொண்டார் லதா.

அந்தப் பத்திரிக்கையின் சார்பாக, போரிலிருந்து மீண்டுவந்த பெண்களுக்கு ஆலோசனைகள் வழங்கச் செல்வது வழக்கம். கணவரை இழந்து பாதிக்கப்பட்ட பெண்களைத் தொடர்ச்சியாகச் சந்தித்ததாகவும், அந்த நிகழ்வுகள் துயரிலிருந்து தன்னை மீட்டுக் கொள்ள உதவியாக இருந்ததாகவும் கூறுகிறார். தான் மீண்டு வந்தது மட்டுமல்ல, தன்னைப்போல் பாதிக்கப்பட்ட பெண்களுக்கான வாழ்வாதாரத்தை மேம்படுத்திக் கொள்ளவும் உதவிகள் செய்து வருகிறார். பெண்கள் விரும்பும் தொழில்களில் பயிற்சியளித்து, பொருட்களை உற்பத்தி செய்து, அதனைச் சந்தைப்படுத்திப் பொருளீட்டி தங்கள் வாழ்வியல் தேவைகளைச் சரிசெய்து கொள்ள உதவுகிறார். பள்ளி ஆசிரியராகச் சிலகாலம் பணியாற்றினார். புகைப்படக் கலைஞராகவும் தன்னை வடிவமைத்துப் கொண் டுள்ளார். வாழ்வின் அனுபவங்கள் எழுத்தாளராகவும் கவிஞராகவும் அவரை உருமாற்றியுள்ளன.

போருக்குப் பிந்தைய காலத்தில் நடைபெற்ற உண்மைச் சம்பவத்தை அடிப்படையாகக் கொண்டு எடுக்கப்பட்ட, 'நெருஞ்சி முள்' என்ற படத்தில் நடித்ததன் மூலம் கலை உலகிலும் அடியெடுத்து வைத்துள்ளார். போரில் காணாமல் போனவர்கள் குறித்த சர்ச்சை, உலகத் தமிழர்களிடையே பெரும் விவாதப் பொருளாக மாறியுள்ள சூழலில், அது குறித்த பிரச்சினைகளை, பாதிக்கப்பட்ட பெண்களின் நுண்ணிய உணர்வுகளை இப்படம் பேசுகிறது. விடாமுயற்சி, தைரியம், தன்னம்பிக்கையின் மூலம் பிற பெண்களுக்கான முன்னோடியாக வலம்வரும் லதா, கிளிநொச்சி மாவட்டத்தின் 'சமாதான நீதவான்' ஆகவும் அரசால் நியமிக்கப்பட்டுள்ளார்.

தொடர்ந்து எட்டு ஆண்டுகள் போரக்களத்தில் தன் வாழ்வைத் தொலைத்த அசோகர், இலட்சக்கணக்கான உயிர்களைக் காவு வாங்கிய கலிங்கப் போருக்குப் பின் மனம் மாறி, யுத்தம் வெறுத்து பௌத்தம் தழுவினார் என்கிறது வரலாறு. அவர் பௌத்தம் பரப்பிய அதே மண்ணில்தான், யுத்தம் தன் அசுரக் கரங்களால் சாமான்யர்களின் வாழ்வைப் பிய்த்தெறிந்திருக்கிறது.

அழுது கொண்டிருக்கும் கைக்குழந்தையைத் தன்னிடம் கொடுத்துவிட்டுப் போன தோழி ஒருத்தி, சமைத்து முடித்து வந்து குழந்தையை வாங்கிக்கொண்டு பங்கரைவிட்டு வெளியேறிய சில நொடிகளில் அடித்த ஷெல்லில் உடலெங்கும் காயங்கள், தலையிலும் மார்பிலும் குண்டுகளைத் தாங்கி ரத்த வெள்ளத்தில் மிதக்கிறாள். தாயின் மார்புகளில் பாலருந்திக் கொண்டிருந்த அந்தக் குழந்தை பாலுக்கும் குருதிக்கும் வேறுபாடு அறியாது குருதியைச் சுவைத்துக் குடித்த அந்த நொடி, தன்னைப் போரின்பால் வெறுப்புக் கொள்ள வைத்ததாகக் கூறுகிறார்.

"35 ஆண்டுகளாக இலட்சக்கணக்கான உயிர்களை இந்த யுத்தம் பலி கொண்டிருக்கிறது. சாமான்ய மக்களின் உயிர், உடைமை, உணர்வுகள், பொருளாதாரம் என அனைத்தையும் வேரோடு புரட்டிப் போட்டது. நாட்டின் வளர்ச்சியைக் காவு கொடுத்துள்ளது. அப்படி ஒரு யுத்தம் தேவையா? இலங்கை என்றில்லை, எந்த நாட்டிலுமே தனிமனித உரிமைகளை வென்றெடுக்கப் போராட்டமே வழிமுறை. ஆனால் போராட்டங்களை ஒடுக்க ஆளும் அரசுகள், பொது மக்களைக் கொன்று குவிக்கும் யுத்தப் பாதையைத் தேர்வு செய்வது முறையா? கதைச்சித் தீர்க்கக்கூடிய சமாதான வழிகளை உலக நாடுகள் தேடவேண்டும். தான் வாழும்வரை எந்த உயிருக்கும் தனக்குரிய வாழ்வை அமைதியாக அனுபவிக்க உரிமை இருக்கிறது. அதை விடுத்து யுத்தம் என்ற பெயரால் தனி மனித அமைதியைக் குலைப்பது எந்த விதத்தில் நீதியாகும்? அரசியல் வன்மத்துக்கு அப்பாவிகளைப் பலியிடுவது நியாயம் அல்லவே? அதேசமயம், குடும்பத்துக்குள் பிரச்சினை வந்தால் குடும்ப உறுப்பினர்களே அதைப் பேசித் தீர்க்க வேண்டும், பக்கத்து வீட்டுக்காரன் வந்து தீர்க்க முற்பட்டால் குடும்பம் எப்படி இருக்கும்? விளங்குதா, நான் என்ன சொல்ல வரேனெண்டு?" எனக் கேட்கும் அவரின் கேள்விகள்,

முடிவெடுக்கும் நிலையில் இருப்போருக்கு எப்போது புரியும்?

"உலகெங்குமே ஓர் இனம் மற்றோர் இனத்தை அடிமைப்படுத்த முயலும்போதுதான் யுத்தங்கள் உருவாகின்றன. ஆனால், தவறுகளிலிருந்து பாடம் கற்றுக்கொள்ளாமல், அரசாங்கங்கள் மீண்டும் மீண்டும் அதே தவறைச் செய்கின்றன" என்று அவர் கூறுவது இலங்கைக்கு மட்டுமானதல்ல, உலகின் அனைத்து நாடுகளுக்குமான செய்தியாகும்.

> ஆவும் ஆனியிற் பார்ப்பன மக்களும்
> பெண்டிரும் பிணியுடையீரும் பேணித்
> தென்புல வாழ்நர்க்கு அருங்கடன் இறுக்கும்
> பொன்போற் புதல்வர்ப் பெறா அ தீரும்
> எம்மம்புக் கடிவிடுதும் நம்மரண் சோமின்
> என்கிறது புறநானூறு.

பசுக்களும், பார்ப்பனரும், பெண்ணும், நோயுற்றவர்களும், மக்கட்பேறு இல்லாதவர்களும், பாதுகாப்பான இடங்களுக்குச் சென்றுவிடுமாறு போர் துவங்குமுன் அறிவுறுத்த வேண்டும் என்று, புறநானூறு கூறும் போர் லட்சணங்கள் இன்று சர்வதேச அலட்சியங்களாகிவிட்டன. எந்த நாடும் அதைப் பின்பற்றுவதில்லை. இஸ்ரேல் படையின் ராக்கெட் மற்றும் விமானத் தாக்குதலில் காசாவில் கொல்லப்படும் அப்பாவிக் குழந்தைகளின் பிரதிநிதியாக 10 வயதுச் சிறுமி ஒருத்தி, "நான் என்ன செய்வது?" எனக் கண்ணீர் மல்கக் கேட்கும்போதும், பாகிஸ்தான் போரில் தந்தையை இழந்த பஞ்சாபைச் சேர்ந்த கவுர் என்ற பெண், "என் தந்தையைப் பாகிஸ்தான் கொல்லவில்லை, போர் கொன்று விட்டது" என்று கலங்கும் போதும், உயிரைப் பணயம் வைத்து விமானத்தின் சக்கரத்தைப் பிடித்துக் கொண்டாவது ஆப்கானிஸ்தானை விட்டு வெளியேறத் துடிக்கும் ஒவ்வொரு சாமான்யனைப் பார்க்கும்போதும், ஒரு நிமிடம் 'உச்' கொட்டிவிட்டு அடுத்த காணொளிக்குச் சென்று விடத்தான் நம்மால் முடிகிறது.

> "தென்னங்கீற்றில் தென்றல் வந்து மோதும்
> என் தேசமெங்கும் குண்டு வந்து வீழும்
> கன்னி மனம் மெல்ல மெல்ல மாறும்
> அவள் கையில்கூட ஆயுதங்கள் ஏறும்"

எனும் லதாவின் வார்த்தைகள்தான் எவ்வளவு அடர்த்தியானவை?

லட்சியத்திற்காகக் களம் கண்டு, ஆயுத மேந்தி, இன்று மோசமான நிலையிலிருக்கும் போராளிகள், போரின் கொடுமைகளை வாழ்வில் தாங்கி நிற்கும் சாதாரணக் குடிமக்கள், பிறந்த மண் விட்டுக் கண்காணா தேசத்திற்குப் புலம்பெயர்ந்த மக்கள் என, சிதறிக் கிடக்கிறது தாய் மண்ணிற்காகப் போரிட்ட தமிழினம். வாழ்க்கை என்பதே வலிகளின் தொகுப்பாக மாறிப்போன இலட்சக்கணக்கான மக்களின் பிரதிநிதியாகத்தான், நான் 'லதா கந்தையா'வைப் பார்க்கிறேன். இழப்புக்களைக் கண்டு துவண்டு ஓரிடத்தில் நின்று விடாமல், வாழ்வைத் தன்னம்பிக்கையுடன் நகர்த்த முயற்சிக்கும் ஒவ்வொரு வருக்கும் லதாவின் வாழ்க்கையில் பாடமிருக்கிறது. இழப்பதற்கு ஏதுமில்லாத நிலைக்குத் தன் வாழ்வு தள்ளப்பட்ட சூழலிலும், தன்னம்பிக்கை துணைகொண்டு விடா முயற்சியுடன் தன்னையும் மேம்படுத்தி, தன்னைச் சுற்றியுள்ளோரையும் கைப் பிடித்துக் கரைசேர்க்க முயல்கிறார் இவர்.

"நீங்கள் அக்கினிக் குஞ்சுகளாக இருக்க ஆசைப்பட்டால் முதலில் முட்டைக்குள் இருந்து வெளியே வரக் கற்றுக்கொள்ள வேண்டும். முட்டையாகவே இருந்து கொண்டு பறப்பதற்கு முயல முடியாது. வேண்டுமெனில் யாராவது உங்களை அங்கும் இங்குமாக விரும்பிய இடத்தில் தூக்கி வைக்க முடியும்". சற்றுக் காரமாகவே கடல் கடந்து வருகிறது வன்னி மகள் லதாவின் குரல். இந்தக் குரல் வாழ்வில் துயருற்றுக் கிடக்கும் பெண்களை உசுப்பி விடுவதற்கான கோபக்குரல்.

துயரங்கள் கற்றுத்தந்த பாடங்களைக் கொண்டு தன்னையே வேராக்கி, மற்றவர்க்கும் விழுதாகி நிற்கிறார் லதா.

தொடர்ந்து பயணிப்போம், வேர்களைத் தேடி...

வனத்திலிருந்து வானத்திற்கு

கையில் பாம்புகள், எலிகள், பூம்பூம் மாடு முதலியவற்றுடன் இருளர் இனத்தவர் ஆர்ப்பாட்டம். படித்துக்கொண்டிருந்த செய்தித் தாளை வைத்துவிட்டு நிமிர்ந்தால், தொலைக்காட்சியிலும் அதே செய்தி. ஆண், பெண் அனைவரும், கையில் பாம்புகளை வைத்துக் கொண்டு 'ஜெய்பீம்' படத்திற்காக தயாரிப்பாளரும், நடிகருமான சூர்யாவை ஆதரித்துக் குரல் கொடுத்துக் கொண்டிருந்தார்கள். ஜெய்பீம் படத்தின் ராஜாக்கண்ணுவும் செங்கேணியும் மனதை மயக்கும் அக்குழந்தையும் இன்னபிற வெள்ளந்தி மனிதர்களும் மனதுக்குள் சுழன்று கொண்டிருந்தனர். எத்தனைக் காலம்தான் இந்தப் பழங்குடியின மக்களின் குரலைக் கேட்காமல், காதுகளை மூடிக் கொள்ளப் போகிறோம்? தமிழகத்தில் மட்டுமல்ல, இந்தியா முழுவதும் படர்ந்திருக்கும் நமது ஆதிவேர்களான பழங்குடியினரின் நிராதரவான குரல்களைக் கேட்க ஆட்சியில் இருப்பவர்களுக்கு நேரமும் இருப்பதில்லை; செவிகளும் இருப்பதில்லை.

ஒரிசா, இந்தியாவின் கிழக்குப் பகுதியில் அமைந்துள்ள இயற்கை எழில் கொஞ்சும் தாதுவளம் நிரம்பிய அழகிய மாநிலம். இந்தியாவின் பின்தங்கிய மாநிலமாக ஒரிசா இருந்தாலும், கனிம வளங்களால் நிரம்பிக் கிடக்கிறது மாநிலத்தின் ஒவ்வொரு அடி நிலப் பரப்பும். ஒரிசாவின் மொத்த மக்கள் தொகையான 4.2 கோடியில் 22.95 சதவீதமானோர் பழங்குடியின மக்களே. தமிழகத்தின் இருளர்,

காடர், குறும்பர், தோடர் போல, கொத்வா, பரஜா, சரஸ், சந்தால்ஸ், பூமியாஸ், பரஜாஸ், கவடா, டோங்ரியா கோந்த், போண்டோ முதலிய **62** வகையான பழங்குடியின மக்கள் வாழ்கின்றனர். மாநிலத்தின் சராசரி எழுத்தறிவு பெற்றோர் **73** சதவீதமாக இருந்தாலும், பழங்குடியினப் பெண்களில் எழுத்தறிவு பெற்றோர் சதவீதம் **41.20** மட்டுமே. வனத்தின் இருட்டிலிருந்து வெளிச்சம் பார்க்கப் பயப்படும் பெண்கள், படிப்பதற்காக வெளியே வர விரும்புவதுமில்லை. விரும்பினாலும் இந்தச் சமூகம் அனுமதிப்பதுமில்லை.

பன்னெடுங்காலமாகப் பழங்குடியின மக்கள் அனுபவித்து வரும் துயர்கள் நாம் வாழ்வில் சந்தித்திராதவை. பன்னாட்டு மற்றும் உள்நாட்டுப் பெருநிறுவனங்கள், மத்திய மாநில அரசுகளுடன் இணைந்து கனிம வளங்களைச் சூறையாடுவதற்காக அவர்களை வெளியேற்ற நினைப்பதும், மூதாதையர் வாழ்ந்த தங்கள் மண்ணை விட்டு, மலையை விட்டு அவர்கள் இறங்க மறுப்பதனாலுமான போராட்டம் தொடர்ந்துகொண்டே இருக்கிறது. காடுகளும் மலைகளும் நிலைத்திருக்க வேண்டுமானால், பழங்குடிகள் காட்டை விட்டு, மலையை விட்டு நீங்காதிருக்க வேண்டும். ஆனால் இந்தியா முழுக்கவே நிலம் பறிக்கப்பட்ட பழங்குடியினர் இடம் பெயரும் துயரம் தொடர்ந்து கொண்டே இருக்கிறது. புகழ்பெற்ற பெங்காலி எழுத்தாளர் மஹாஸ்வேதா தேவியின் “இத்வா முண்டாவுக்கு வெற்றி” என்ற மொழிபெயர்ப்புக் கதையைப் படித்தபோது, ஒரு ஆசிரியராக மனம் வலித்தது. கல்வி கற்கத் துடிக்கும் பழங்குடிச் சிறுவன் இத்வா, தனது தாத்தாவுடன் ஈடுபடும் ஒரு உரையாடல் இப்படிப் போகிறது.

இத்வா: இந்தக் காடும், மலையும் நம் முன்னோர்களிடம் இருந்ததுதானே? இப்போது எப்படிக் கைவிட்டுப் போனது?

தாத்தா: ஆங்கிலேயர் ஆட்சிக்குப் பிறகு இங்கு வந்த முதலாளிகள் நம்மிடமிருந்து பறித்துக் கொண்டனர்.

இத்வா: நம் பழங்குடியினர் ஏன் அவர்களை எதிர்த்துப் போராடவில்லை?

தாத்தா: எழுதப் படிக்கத் தெரியாத நாம், நமது உரிமைகளைப் புரிந்துகொள்ள முடியாமல் போனோம். நிலங்கள் குறித்து எழுதப்

பட்டிருந்த சட்டங்கள் என்னவென்பதை நாம் புரிந்து கொள்வதற்கு முன்பாகவே எல்லாவற்றையும் இழந்து விட்டோம்.

இந்த உரையாடல், பழங்குடியினருக்குக் கல்வி எப்படி கானல் நீராகி விட்டிருக்கிறது என்பதைத்தான் உணர்த்துகிறது. எத்தகைய பெரிய யுத்தத்தையும் எதிர்த்து நிற்கும் வல்லமையைக் கல்வி மட்டுமே கொடுக்க முடியும். அதனால்தான், கல்வி அவர்களுக்கு மறைமுகமாக மறுக்கப்பட்டு, அவர்களை அறியாமையில் மூழ்க வைக்கும் முயற்சி நடந்து கொண்டிருக்கிறது. இன்றும், தேசமெங்கும் வாழும் பழங்குடியின மக்களின் வாழ்வியல் சூழல், மிகக் கடினமான தாகவே இருக்கிறது. போராட்டங்கள் இல்லாத சமுதாயத்திலேயே ஒரு பெண், தான் நினைத்த இலக்கை அடைய நினைப்பது இயலாத காரியம். அதுவும் ஒரிசா போன்ற பின்தங்கியுள்ள மாநிலத்தைச் சார்ந்த ஒரு பெண், தன் இலக்கை வென்று இந்தியாவின் முதல் பழங்குடியினப் பைலட்டாகத் தன்னை வடிவமைத்துக் கொண்டிருக்கிறார் என்றால், அதற்கு எத்தனை உழைப்பு தேவைப்பட்டிருக்கும்?! ஆம், தனது விடாமுயற்சியால் இன்று பிறருக்கு முன்னோடியாகத் திகழ்கிறார் அனுப்ரியா.

சுதந்திர இந்தியாவின் பவளவிழாவைக் கோலாகலமாகக் கொண்டாடிக்கொண்டிருக்கும் அதே வேளையில், மொத்த இந்திய மக்களில் 37.2 சதவீதமானோர் வறுமைக்கோட்டிற்குக் கீழே இருப்பதாகவும், இந்திய சராசரியைவிட அதிகமாக ஒரிசாவில் 57.2 சதவீத மக்கள் வறுமைக்கோட்டிற்குக் கீழே இருப்பதாகவும் மத்திய அரசின் 'சுரேஷ் டெண்டுல்கர் குழு' அறிக்கை (Suresh D Tendulkar - Indian Economist and Former Chief of PM Manmohan Singh's Economic Advisory Council) கூறுகிறது. அப்படிப்பட்ட ஒரு மாநிலத்தில், பாலங்கிரி மாவட்டத்தில் பிறந்தவர் அனுப்ரியா மதுமிதா லக்ரா. பசியால் சாவதும் பிள்ளைகளை வளர்க்க முடியாமல் விற்றுவிடும் சூழலும் இயல்பாய் நிலவிக்கொண்டிருந்த நேரம் அது. வாழ்வதற்குக் கூட வழியில்லாத அந்தப் பாழடைந்த வீட்டில், வானில் பறக்கும் கனவுகளுடன் பிறந்தார் அனுப்ரியா.

அவர் பிறந்த பாலங்கிரி மாவட்டம், எந்த அடிப்படை வசதிகளும் இல்லாத, தொழில் நுட்ப வளர்ச்சிகள் எட்டிக்கூடப் பார்க்காத, கல்வி, சுகாதாரத்தில் அக்கறை எடுத்துக் கொள்ளப்படாத ஒரு பின்தங்கிய

மாவட்டம். மாவோயிஸ்டுகளும் நக்ஸல்பாரிகளும் ஆதிக்கம் செலுத்திக்கொண்டிருந்த பூமி. தந்தை மரினியாஸ்லக்ரா, காவல்துறை கான்ஸ்டபிள். தாய் ஜெமா யாஸ்மின் குடும்பத்தை நிர்வகிக்கிறார். தந்தையின் சொற்ப ஊதியத்தால் அந்தக் குடும்பத்தின் அடிப்படைத் தேவைகளைக்கூட நிறைவேற்ற முடியவில்லை. தன் ஊரிலிருந்த ஒரு கிறிஸ்துவ மிஷினரி பள்ளியில் தொடக்கக் கல்வியை முடித்தார். அதன்பின் கோரபுட் மாவட்டத்தில் செமிலிகுடாவில் உள்ள ஜீவன் ஜோதி பள்ளியில் அவரது படிப்பைத் தொடர்வதற்காக, குடும்பமே கோரபுட் மாவட்டத்திற்கு நகர்ந்தது. பள்ளிப் படிப்பின் இறுதியாண்டு வரை பள்ளியில் முதல் மாணவராகவே திகழ்ந்தார். தன்னைப் போன்ற ஒடுக்கப்பட்ட இனத்தைச் சேர்ந்த பெண்களுக்கு, படிப்பைத் தவிரத் தங்களை விடுவிக்கும் ஆயுதம் வேறில்லை என்பதை உணர்ந்திருந்தார்.

சிறு வயது முதலே, தான் பயணிக்கப் போகும் எதிர்காலத் தொழில் குறித்த மிகப்பெரிய கனவுகளைக் கொண்டிருந்த அனுப்ரியா, கிடைத்ததை சந்தோசமாக ஏற்றுக்கொள்ளும் சராசரிப் பழங்குடியினப் பெண்களிலிருந்து மாறுபட்டவர். தண்ட வாளம்கூட இல்லாத ஊரில் பிறந்திருந் தாலும், வானில் பறக்க ஆசைப்பட்டார். ஆம், பைலட் ஆகவேண்டும் என்று கனவு கொண்டார். நாட்டின் ஒட்டுமொத்த

நடுத்தர, கீழ் நடுத்தர வர்க்கமும் புற்றீசலாய்ப் பெருகியிருந்த பொறி யியல் கல்லூரிப் பக்கம் படையெடுத்த சூழலில், உறவினர்களின் வழிகாட்டலால், அனுப்பிரியாவும் புவனேஷ்வரில் உள்ள அரசு பொறியியல் கல்லூரியில் சேர்கிறார். சேர்ந்த சில மாதங்களில், இது தனக்கான இடமில்லை என்பதை உணர்கிறார்.

தன்னால் தனது மனதுக்கு ஒத்து வராத இந்தப் படிப்பில் கவனம் செலுத்த முடியவில்லை என்பதைத் தனது பெற்றோர்களிடத்தில் தெளிவுபடுத்துகிறார். தனது கனவுகளை, தன் பிள்ளைகளைக் காணச் செய்ய வற்புறுத்தும் சராசரி இந்தியப் பெற்றோர்களிடமிருந்து மாறு பட்டுச் சிந்திக்கும் அவரது பெற்றோர், தங்களிடம் பணமில்லா

விட்டாலும்கூட தங்கள் மகளின் கனவுகளுக்குக் குறுக்கே நிற்க விரும்பவில்லை.

வீட்டின் ஒரே வருமானம், தந்தை மரியனாஸின் மாத வருமானம் மட்டுமே. அது குடும்பச் செலவுகளுக்கே போதாத நிலைமை. வாழ்க்கைச் சூழலோ அதைவிட மோசம். ஒவ்வொரு நாளும் உயிர் பிழைத்துக் கிடப்பதே அவர்களுக்கான சன்மானமாக இருந்தது. ஏனெனில், அவர்கள் இருந்த பாலங்கிரி மாவட்டத்தில் பாதிக்கும் மேற்பட்ட பகுதி மாவோயிஸ்டுகளின் வசம் இருந்தது. நக்சல்பாரி இயக்கத்தின் அங்கமாகிப்போன மாவோயிஸ்ட்கள் மக்களைத் திரட்டி அரசுக்கு எதிராகப் போராடிக்கொண்டிருந்தனர். இரண்டு பக்கமும் இழப்புகள் அதிகரித்துக்கொண்டே இருந்தன. 2005-ல் 14 பழங்குடியின மக்களின் உயிர் பலியாகி இருந்ததால், மக்களின் கோபமும் அதிகமாகி இருந்தது. மாவோயிஸ்டுகள் புதைத்து வைத்த கண்ணிவெடி தாக்கி, பாதுகாப்பு படையினர் 11 பேர் பலியான சம்பவம் இந்தியாவையே உலுக்கி எடுத்து, உலகின் பார்வையே ஒரிசாவின் பக்கம் திரும்பி இருந்தது. உள்ளூர் காவல்துறையும் எல்லைப் பாதுகாப்புப் படையும் பழங்குடியின மக்கள்மீது தங்கள் கோபத்தைக் காட்டிக் கொண்டிருந்தனர். அனைத்து ஊடகங்களிலும் மாவோயிஸ்டுகள் தினசரி தலைப்புச் செய்தியாகிக் கொண்டிருந்தனர்.

அப்படிப்பட்ட இக்கட்டான சூழலில், வீட்டு நிலையும், நாட்டு நிலையும் தனக்குச் சாதகமாக இல்லாத நிலையில்தான், பொறியியல் கல்லூரியிலிருந்து பாதியில் வெளியேறினார் அனுப்ரியா. விமானம் ஓட்டப் பயிற்சி எடுக்க வேண்டுமென்ற கனவு மட்டுமே அவரிடம் மிச்சமிருந்தது, தன்னுடைய மகளின் கனவுகளுக்குப் பணம் ஒரு தடையாக இருப்பதை விரும்பாத அனுப்ரியாவின் தாயார், தனது அண்ணன்களைத் தேடிச் சென்றார். தாய்மாமன்கள் இருவரும் மருமகளின் படிப்புக்காகத் தேவைப்படும் பணத்தைத் தங்களது நண்பர்களிடமும் உறவினர்களிடமும் சேகரித்துக் கொடுத்தனர். அந்தப் பணத்தைக் கொண்டு அரசு விமானப் பயிற்சி மையத்தில் (Government Aviation Training Institute - GATI) சேர்கிறார். தொடர்ந்து ஏழு ஆண்டுகள் கடுமையான பயிற்சிகள். அதிகமான கட்டணங்கள், அதற்காக பல்வேறு இடங்களில் கடன்கள். பயிற்சி முடிந்து கமர்ஷியல் பைலட் உரிமம் பெற மீண்டும் பயிற்சியும், பல்வேறு

தேர்வுகளும். இந்த ஏழு ஆண்டுகளில் அவர் சந்தித்த போராட்டங்கள் தனிக்கதை. பல்வேறு சோதனைகளைத் தாண்டி, இறுதியாக இந்தியாவின் முதல் பழங்குடியினப் பைலட் என்ற பெருமிதத்துடன், இன்று இந்தியாவே கொண்டாடும் செல்ல மகளாய் நிற்கிறார் அனுப்ரியா. ஒரிசா பழங்குடியினத் தலைவரும், ஒரிசா ஆதிவாசி கல்யாண் மஹா சங்காவின் தலைவருமான நிரஞ்சன் பிஸி, 'இரயில் தண்டவாளங்கள்கூட இல்லாத எங்கள் கிராமத்தைச் சேர்ந்த பெண், விண்ணில் தனது சிறகை விரித்துப் பறக்கப் போகிறார்" என்று பெருமிதம் கொள்கிறார்.

நடுத்தரக் குடும்பத்தில் பிறந்தாலும், சின்னச் சின்ன ஆசைகளில் அவர் என்றுமே சிறைப்பட்டுக்கொள்ள விரும்பியதில்லை, ஒருநாளும், தனது கனவுகளை விட்டுக் கொடுத்ததில்லை. வறுமையும், துயர்களும், மோசமான சூழலும், எந்த அடிப்படைக் கட்டமைப்பு வசதியின்மையும் அவரது கவனவுகளைச் சிதைக்க முடியவில்லை. தன்முன் இருந்த அத்தனைத் தடைகளையும் தாண்டி, கண்ணாடிக் கூரைகளைத் தகர்த்தெறிந்த அந்தப் பறவை, இன்று வானில் பறந்து கொண்டிருக்கிறது. "எங்கள் மகள் எங்களுக்கு மட்டும் பெருமை சேர்க்கவில்லை, எங்கள் மாநிலத்துக்கே பெருமை சேர்த்துள்ளார். சமூகத்தில் பின்தங்கிய எங்களைப் போன்றவர்களுக்குக் கல்வி மட்டுமே திறவுகோல். எல்லாப் பெற்றோரும் தங்கள் மகள்களின் முடிவுகளுக்குத் தூணாய் நிற்க வேண்டும்" என்று மகிழ்ந்து கூறும் அந்தத் தாயின் கோரிக்கைகள், அனைத்துப் பெற்றோரையும் சென்று சேர வேண்டும் என்பதுதான் எனது ஆசை.

சுதந்திர இந்தியாவின் பெருமைமிகு எந்தத் திட்டமும் பழங்குடியினரைச் சென்று சேரவில்லை என்பதே யதார்த்தம். பழங்குடியினர் மீதான நள்ளிரவுக் கைதுகளும் பொய் வழக்குகளும், தமிழகத்தில் மட்டுமல்ல, இந்தியா முழுமைக்குமானது என்பதை அகில இந்திய ஆசிரியர் பேரமைப்பின் பொதுச்செயலாளராய் இருக்கும், ஒரிசாவைச் சேர்ந்த திரு கமலாகாந்த் திரிபாதி அவர்கள் மூலமும், ஒரிசாவைச் சேர்ந்த ஆசிரிய நண்பர்களுடனான உரையாடலின் மூலமும் உணர்ந்து கொள்ள முடிந்தது. மலைப் பகுதிகளைப் பொறுத்த வரையில், மாநில அரசின் ஆட்சி என்பதை விட, பன்னாட்டு நிறுவனங்களின் ஆட்சி நடைபெறுகிறது என்பதே

உண்மை. 'ஆங்காங்கே ஊடுருவி இருக்கும் மாவோயிஸ்ட்களைப் பிடிக்க வரும் பாதுகாப்புப் படையினரின் தொல்லைகளால், அங்குள்ள ஆண்கள் உறங்குவதேயில்லை' என்ற செய்தி, மீண்டும் ஜெய்பீம் படத்திற்குள் என்னை இழுத்துச் செல்கிறது.

உலகின் பெண் வணிக விமானிகளை (Women Commercial Pilot) அதிகமாகக் கொண்டிருக்கும் நாடு இந்தியா. உலக அளவில் உள்ள பெண் விமானிகளின் சராசரி 5.4 சதவீதம் எனில், இந்தியச் சராசரி 12.4 என்ற விகிதத்தில் உலக சராசரியைவிட இரண்டு மடங்கு அதிகமாக இருப்பதாகக் கூறுகிறது International Society of Women Airline Pilots 2018-ன் தரவுகள். இந்தியாவிலுள்ள 1092 பெண் பைலட்களில், 385 பெண்கள் கேப்டன்களாக உள்ளனர். அவர்களுள் ஒருவராக, துணைக் கேப்டன் என்ற பதவியைப் பெற்று, பெண்ணினத்திற்குப் பெருமை தேடித்தந்து நிற்கிறார் அனுப்பிரியா. 1948-ல் நாட்டின் முதல் பெண் விமானியான சரளா தக்கர் தொடங்கி வைத்த பயணம் இது. அஞ்சனா சிங், ஜஸ்ஸி காப்பர், ராஷ்மி ஷர்மா போன்ற விரல் விட்டு எண்ணக்கூடிய கேப்டன்களைத் தொடர்ந்து, முதன்முறையாக வனத்திலிருந்து புறப்பட்டிருக்கிறது இந்தப் புயல். வனத்திற்கும் வானத்திற்குமான பயணம் கடினமாக இருந்தாலும், வனத்தை மட்டுமல்ல, வானத்தையும் எங்களால் ஆள முடியும் என, தடைகளை உடைத்து வானம் தொட்டு நிற்கிறார் அனுப்ரியா.

இவரைப்போன்றே, கேரள மாநிலம் வயநாட்டில் உள்ள குரிசியா பழங்குடியினத்தைச் சேர்ந்த தன்யா சுரேஷ், கரையான் அரித்த வீட்டிலும், வாட்டும் வறுமையிலும் கலங்கடித்த பசிக்கு மத்தியிலும் தனது அயராத உழைப்பினால் இன்று ஐ.ஏ.எஸ். தேர்வில் வெற்றியைத் தொட்டு முதல் பழங்குடியின ஐ.ஏ.எஸ். அதிகாரியாகி சாதனை படைத்திருக்கிறார். இந்தியாவின் 16-வது மக்களவையின் மிக இளம் வயதுப் பழங்குடியின உறுப்பினராகத் தேர்ந்தெடுக்கப்பட்டார், இதே ஒடிசா மாநிலம் கியொஞ்சர் மாவட்டத்தைச் சேர்ந்த 25 வயது சந்திராணி முர்மூ. இவரை எதிர்த்த அரசியல் கட்சிகள், தலைமைத் தேர்தல் அதிகாரியிடம் பொய்ப்புகார் கொடுத்து இவரைத் தேர்தலில் இருந்து அகற்ற முயற்சித்தும் முடியாமல் போகவே, சந்திராணியின் உருவப்படம் இடம்பெற்ற ஆபாசக் காணொளியை ஊடகத்தில் பரப்பின. இப்படி, தங்களைத் துரத்தும் துயர்களைத் தூக்கியெறிந்தே பெண்கள் முன்னேறிச் செல்ல வேண்டியுள்ளது. லட்சியமும் தீராக் கனவும் மட்டும் இருந்தால் போதும், எத்தகைய தடையையும் தர்த்தெறியலாம் என்பதை இவர்கள் நிரூபித்திருக்கிறார்கள்.

சமூகத்தால், சொந்த அரசாங்கத்தால், நசுக்கப்பட்டு, ஒடுக்கப் பட்டுக் கிடக்கும் பழங்குடியினப் பெண்களின் நம்பிக்கை விளக்காக, வலிமையின் சின்னமாக ஒளிர்ந்து கொண்டிருக்கின்றார்கள் அனுப்ரியா, தன்யா சுரேஷ், சந்திராணி முர்மூ போன்ற வன ராணிகள். மரங்களடர்ந்த வனத்திலிருந்து வந்திருக்கும் இந்த விருட்சத்தின் வேர்கள் தேசமெங்கும் பரவட்டும்.

தொடர்ந்து பயணிப்போம், வேர்களைத் தேடி...

வரலாறு படைக்க வயது ஒரு தடையல்ல

“அந்த வரங்கொடுத்த தனுஷ்கோடி நகரத்திலே, இப்ப வஞ்சகப் புயல் அடிச்ச சஞ்சலத்தைச் சொல்லி வாறேன், வண்ணத்தமிழ் கவிபாடி”. தொலைக்காட்சியில் ஒலித்துக்கொண்டிருந்த பாடலின் கணீர்க்குரல் கவனம் ஈர்க்க, செய்து கொண்டிருந்த வேலையை விட்டுவிட்டுப் பார்க்க ஆரம்பித்தேன். “ஒருவரிருவரில்லை, எத்தனைப் பிணங்களென்று உறுதி தெரியவில்லையே, இறந்தவர்கள் உடம்பு கிடைக்கவில்லையே”, பரவை முனியம்மாவின் குரலில் சோகம் போர்த்தியிருந்தாலும் கம்பீரம் குறையவில்லை. நான் கேட்டறிந்திருந்த அவரது வாழ்வு பிரமிப்பூட்டுவதாக இருக்கிறது. சிறு வயது முதலே இசையில், பாடலில் ஆர்வமிருந்த அவருக்கு, வாழ்க்கை அவ்வளவு எளிதில் வசப்பட்டு விடவில்லை. ஆம், எல்லார்க்கும், எல்லாமும் உண்டான வயதில் கிடைப்பதில்லை. ஆனால் விரும்பியது கிடைக்கும்வரை அதன் மீதான ஆர்வத்தைச் சுமந்து, வாய்ப்பு கிடைத்தபின் அயராத உழைப்பைச் செலுத்தி தன் வாழ்விற்கு நியாயம் செய்தவர் பரவை முனியம்மா.

பெரிதாய்ப் படித்திருக்கவில்லை; முறையான பயிற்சிகளில்லை; வாய்ப்புகளை உருவாக்கித்தரும் குடும்பப் பின்னணியில்லை.

என்றாலும்கூட, சோம்பலில்லாக் கடின உழைப்பும், தனக்குக் கொடுக்கப்படும் வேலையைச் சிறப்பாய்ச் செய்து முடிக்கும் விடா முயற்சியுமே சரியான வாய்ப்புக் கிடைக்கும்வரை, அவரது கனவை நீர்த்துப்போக விடாமல் தக்க வைத்திருந்தன. ஆனால், இங்கு பெரும்பான்மைப் பெண்களின் மனநிலை, வாழ்நிலை எப்படி இருக்கிறது? குழந்தை பிறந்த உடனே வாழ்க்கை முடிந்துவிட்டது என்று சலிப்புடன் வாழ்வைக் கடத்தும் பெண்கள், அரசுப் பணியோ, தனியார் பணியோ, ஐம்பத்தெட்டில் ஓய்வுபெறும்போதே தன்னம் பிக்கையிழந்து தனக்குள் ஒடுங்கிப் போய்விடும் பெண்கள், நாற்பதைக் கடக்கும்போதே, "வயசாயிடிச்சு, வயசாயிடிச்சு" என்ற சொல்லாட லுடன், சோம்பலுடன் நாட்களைக் கழிக்கும் பெண்கள் என உழன்று தவிக்கிறது பெண் சமூகம். வாழ்வைச் சலித்துக்கொள்ளும் இந்தப் பெண்களுக்குள்ளும் ஆசைகளோ, கனவுகளோ, குறிக்கோள்களோ கட்டாயம் இருந்திருக்கும். ஆனால், வாழ்க்கையுடனான போராட்டத் தில் கனவுகள் கரைந்து, திறமைகள் அடங்கிப்போக, வாழ்க்கையை விரும்பியபடி வாழ முடியாமல் கஷ்டப்பட்டு நகர்த்திக் கொண்டி ருக்கிறார்கள். திருமணமானவுடன் புதிய வாழ்வும் குழந்தை வளர்ப்பும் மூச்சுவிட நேரமின்றி நடுத்தர வயது வரை தள்ளிக் கொண்டு போக, அதன்பிறகு, "இனியென்ன, வயசானபின் உனக்குன்னு ஆசையும் கனவும்?" என்ற ஆணாதிக்கச் சொற்கொலை களை எதிர்கொண்டு, அடங்கிப்போய் விடுகின்றனர்.

ஆனால், அதே ஆண்களிடமிருந்து கற்றுக்கொள்ள, பெண்களுக்கு நிறைய பாடங்கள் இருக்கின்றன. அவற்றில் ஒன்று, முதுமையிலும் இளமையைத் தக்கவைத்துக்கொண்டு, நமக்கான வாழ்வை வாழ்வது. ஆம், ஆண்களிடம் பெரும்பாலும் வாழ்க்கை குறித்த எந்தப் புலம்பலு மில்லை, சலிப்புமில்லை. எந்த வயதிலும் புதுப்புது தொழில்களில் தங்களை ஈடுபடுத்திக் கொள்ளும் ஆண்கள், தொடர்ச்சியான உடற்பயிற்சிகள் மூலம் தங்கள் ஆரோக்கியத்தைப் பேணும் ஆண்கள், தங்களுக்குப் பிடித்ததைச் செய்யும் ஆண்கள் என, ஆண்களின் உலகம் சுறுசுறுப்பானது, துறுதுறுப்பானது. அவர்களுக்குப் பிடித்த வாழ்வை வாழ்வதற்கு வயதை ஒரு தடையாக அவர்கள் எப்போதும் நினைப்பதில்லை. ஆனால், துரதிர்ஷ்டவசமாக இவற்றில் ஒன்றைக் கூடப் பெண்களால் செய்ய முடிவதில்லை. அதுவே அலுப்பாய், சலிப்பாய், புலம்பலாய் அவர்களின் வார்த்தைகளில் வெளிப்படு கிறது. ஆனால், வாழ்நாள் முழுக்கப் பாரஞ்சுமந்தாலும், பிறர் நம்மைத்

தலைநிமிர்ந்து பார்க்கும் வாழ்வை வாழ்ந்திருந்தால் மட்டுமே வரலாறு நம்மை நினைவில் வைத்துக்கொள்கிறது. அப்படி வரலாற்றின் நினைவு களில் தன்னைப் பதித்துக் கொண்ட பெண்களில் ஒருவர் தான் பரவை முனியம்மா.

ஓய்வெடுக்க வேண்டிய வயது எனக் கற்பிதம் செய்து கொண்டு, நாம் ஈசி சேர் தேடும் அறுபதில்தான், இவர் தனது முதல் ஆட்டத்தைத் துவக்கினார். "நாடு சும்மாக் கிடந்தாலும் கிடக்கும்; பாழும் நாகரிகம் ஓடி வந்து தடுக்கும்" என, கையை ஆட்டி ஆட்டி மெல்லிய உடலசைவுகளுடன் அறிமுமான குரலுக்கு, தொண்ணூறுகளில் தமிழ்நாடே தலைய சைத்துக் கை தட்டியது. மிக எளிய, சாமான்யத் தோற்றத்துடன், எந்தவித ஒப்பனைகளுமின்றி தொலைக்காட்சியில் தோன்றி, ஒரே பாடலில் மக்கள் மனதில் பதிவானார் இந்த கிராமத்துப் பாடகி. மதுரை வாடிப்பட்டி அருகிலுள்ள பெருமாள்பட்டியில் பிறந்து, முள்ளிப்பள்ளத்தைச் சேர்ந்த வெள்ளைச்சாமி என்பவரைத் தனது பதினாறாம் வயதில் மணமுடித்தார். இருவரும் பொருள்தேடிப் பிழைக்க வந்த ஊரே, மதுரை அருகிலுள்ள பரவை. தன்னை வாழ வைத்த ஊருக்கு, பின்னாட்களில் பெருமை தேடித்தந்து நன்றி செலுத்திவிட்டார்.

தொடர்ந்து 6 குழந்தைகள். வறுமை வாயிலில் எட்டிப் பார்க்க, வயல் வேலைக்குச் சென்றார். வேலை செய்யுமிடத்தில் களைப்பைப் போக்க, சிறு வயதிலிருந்தே கேட்டு வளர்ந்த நாட்டுப்புறப் பாடல்களைப் பாட ஆரம்பித்தார். அப்போது மதுரையைச் சேர்ந்த நாட்டுப்புறப் பாடலாசிரியர் S.பெருமாள் இயற்றிய பாடல்களை மேடையேறிப் பாடும் வாய்ப்பு கிடைக்கிறது. வயற்புறங்களில் பாடித் திரிந்த கானக்குயில், தன் கம்பீரக் குரலால் கோயில்களில் மேடையேறுகிறது. நாளடைவில் முளைப்பாரிப் பாடல்கள், சாமி பாடல்கள் தாண்டி சமூகம் சார்ந்த பாடல்களும் அவரது குரலால் பொதுவெளியில் பேசப்பட்டன. "ஆடி வாரா, மாரி ஆடி வாரா; அக்னிச் சட்டி தூக்கி ஆடி வாரா" என்ற குரல் கேட்டு, ஊரே

சாமியாடியது. "தன்னன்ன நாதன்ன தன்னானே" என்ற பாடலுக்கு, கும்மி தெரியாத தலைமுறையும் குதித்து ஆடியது. இவரது பாடல் தொகுப்புகள் தொலைதூரப் பயண அலுப்பைப் போக்கும் மருந்தாயின. அப்படியான ஒரு பயணத்தில்தான், இயக்குநர் தரணி இவரது பாடல்களைக் கேட்க, அறுபதாவது வயதில் இவருக்கான திரைக்கதவு திறந்தது. ஆரம்பமே "தூள்" தான். "சிங்கம் போல நடந்து வாரான் செல்லப் பேராண்டி" என ஆச்சி கர்ஜிக்க, "ஏ தில்லா டாங்கு டாங்கு; நீ திருப்பிப்போட்டு வாங்கு" எனப் பேராண்டிகள் குதியாட்டம் போட்டனர். திரை என்ற மாய ஊடகத்தின் வீரியம் இவரை அடுத்த கட்டத்திற்கு நகர்த்தியது. சிறுவயது முதலே தனது உணர்வோடும் உயிரோடும் ஒன்றிப் போயிருந்த நாட்டுப்புறப் பாடல்களால் திரைத்துறையில் அதகளம் செய்தார்.

2000 மேடை நிகழ்ச்சிகள், 20 பாடல் தொகுப்புகள், எண்ணற்ற வானொலி மற்றும் தொலைக்காட்சி நிகழ்ச்சிகள், 33 திரைப்படங்கள், தமிழ்நாட்டின் பட்டி தொட்டிகள், இந்தியப் பெருநகரங்கள், பத்துக்கும் மேற்பட்ட வெளிநாடுகளில் மேடை நிகழ்ச்சிகள், கிராமத்து சமையல் என்ற தொலைக்காட்சித் தொடர், இவை யனைத்தும் இந்த இசை ராணியின் முதுமைப் பருவ சாதனைகள்.

வயதைக் காரணம் காட்டி, போலியாகப் புலம்புவோரின் எண்ணத்தைத் தன் சாதனைகள் மூலம் சுக்கு நூறாக்கிக் காட்டினார். பரவையிலிருந்து கிளம்பிய இந்த இசைப் பறவை, 'கலைமாமணி' என்ற கம்பீரத்துடன் தலை நிமிர்ந்து நின்றது. தள்ளாத வயதிலும், அவரது தளராத தன்னம்பிக்கையை வீடெங்குமுள்ள பதக்கங்களும் விருதுகளும் பறை சாற்றுகின்றன. "ராயாபுரம் பீட்டரு, ரவுசு இவன் மேட்டரு" என இளவட்டங்களுக்கு இணையாக இவர் கானா பாடியபோது வயது 76.

திரையுலக நாயகர்களின் செல்லப் பாட்டியாகக் கோலோச்சி யவரின் இறுதிக் காலங்களில் உதவி செய்ய, கலையுலகப் பேரன்கள் ஓடோடி வந்தனர். அவரின் உடல்நிலையில் அன்றைய முதல்வர் செல்வி ஜெயலலிதா அவர்கள் அக்கறைகொண்டு உதவி செய்தார். இவர் குறித்த பல்வேறு செய்திகளையும் நம்மிடம் பகிர்ந்து கொண்ட நடிகர் அபி சரவணன், பாட்டிக்கு உதவி செய்யப் போன இடத்தில் சொந்தப் பேரனாகவே மாறி, அவரது அன்பில் நனைந்து, அவரது இறுதிச் சடங்குகள் வரை உடனிருந்ததையும், கலையுலகில் பாட்டியின் இருப்பிடத்தையும் நம்மிடம் பகிர்ந்து

அட்டப்பாடி நஞ்சியம்மாள்.

கொள்ளும்போது கலங்கும் அவரது கண்கள் சொல்கின்றன, அந்த எளிய மனுசியின் பேரன்பையும் கலைத் துறையினர் அவர்மீது வைத்திருக்கும் பெருமதிப்பையும். அவரின் இந்த உயர்வுக்குக் காரணம், தனக்குப் பிடித்தமான கலையின்பால் அவர் கொண்ட சமரசமில்லா ஆர்வமும் அலுக்காத உழைப்புமே. சரியான வாய்ப்பிற்காகப் பல ஆண்டுகள் காத்து நின்றவர், இன்று லட்சுமி அம்மாள், சுசித்ரா, ராஜலட்சுமி போன்ற எண்ணற்ற நாட்டுப்புறக் கலைஞர்களின் முன்னத்தி ஏராய் உயர்ந்து நிற்கிறார். இந்த விளை மரத்தின் விழுதுகள் கலைத்துறையெங்கும் விரவிக் கிடக்கின்றன.

வயதும் முதுமையும் உடலுக்குத்தானே தவிர திறமைக்கும் உழைப்புக்கும் இல்லை என்பதை, பரவை முனியம்மா போலவே சமீபத்தில் நிரூபித்துள்ளார் அட்டப்பாடி, நாக்குபதி கிராமத்தைச் சேர்ந்த இருளர் மலைக் கலைஞர் நஞ்சியம்மாள். இவரே எழுதிப் பாடிய, 'கழக்காத்த சந்தன மேரா வெகு வேகாப் பூத்திருக்கு; பூப்பறிக்கப் போகிலோமோ விமேனத்த பாக்கிலாமோ' என்ற குரல் ஒரே இரவில் உலகம் முழுக்க கவனம் ஈர்த்தது. ஒரு மாதத்தில் ஒரு கோடிப் பேரால் இணையத்தில் பார்வையிடப்பட்டது. மனதில் உள்ளதை மடைதிறந்த வெள்ளம்போல் பாடும் திறன்மிக்க நஞ்சியம்மாள், அறுபது வயதிலும் மூலையில் முடங்கி விடாமல் இருந்ததால்தான், தன் திறமையை அறுவடை செய்ய முடிந்திருக்கிறது.

"பெரிய மேடைகளில் பாட வேண்டும் என்று என் மனதிற்குள் மடித்து வைத்திருந்த ஆசையை வெளியே கொண்டு வந்து விட்டேன். ரொம்ப மகிழ்ச்சியாக இருக்கிறது. என் மனசுக்குள்ள எப்பவும் பாட்டு ஒலிச்சுக்கிட்டே இருக்கும். பாட வர்றீங்களான்னு இப்பக்கூட யார் கூப்பிட்டாலும் போயிடுவேன்" என்று வெள்ளந்தியாய்க் கூறும் நஞ்சியம்மாவின் வார்த்தைகளில் உள்ள ஏக்கம், வாய்ப்புகள் மறுக்கப்படுகின்ற பெண்களின் குரலன்றி வேறென்ன? யாராவது கற்றுக் கொடுத்தால், கர்நாடக இசை பயிலவும் தனக்கு ஆசையிருப்பதாகக் கூறும் அந்தப் பாட்டியின் நெஞ்சுரம், எந்த வயதிலும் நம்முடைய

கனவுகளை நம்மிடமிருந்து எவரும் பறித்துவிட முடியாது என்பதற்கான சான்றுதானே? நமக்குப் பிடித்ததைச் செய்ய, நாம் விரும்பிய வெளியை அடைய, அருகாத ஆர்வமும், இளைக்காத முயற்சிகளும் மட்டும் போதும். அவையே அட்டப்பாடியில் துவங்கிய இவரது பயணத்தை, கேரளாவின் கிராமியக் கலைஞர்களுக்கான ஃபேக்லோர் அவார்டு மேடையை நோக்கிச் செலுத்தியிருக்கிறது.

'இவ்வளவு பிரச்சினைகளுக்கு மத்தியிலும் ஒரு பூ பூக்கத்தானே செய்கிறது!' என்பார் பிரபஞ்சன். ஆம், எப்போதும் ஏதோ ஒரு காரணம் கற்பித்துப் புலம்பிக் கொண்டிராமல், தங்களுக்கு முன்னிருந்த தடங்கல்களைக் களைந்து புதிய பாதையில் பயணித்ததால்தான் பரவை முனியம்மாவும், அட்டப்பாடி நஞ்சியம்மாவும் மலர்ந்து மணம் பரப்பிக் கொண்டிருக்கின்றனர். இவர்களைப் போன்றே, தான் எடுக்கும் ஒளிப்படத்தின் மூலம் பிரபலமான ஜப்பானைச் சேர்ந்த 89 வயது கிமிகோ நிஷிமோதோ, 100 வயதைக்கடந்தும் மேட்டுப்பாளையத்தில் இயற்கை விவசாயம் செய்து கொண்டிருக்கும் பாட்டி பத்மஸ்ரீ பாப்பம்மாள், 98 வயது வரை யோகா செய்து அசத்திய பாட்டி பத்மஸ்ரீ ஞானம்மாள், இவர்கள் அனைவரும் நமக்குச் சொல்லவரும் செய்தி ஒன்றே ஒன்றுதான் - வயதைக் காரணம் காட்டி, திறமையைத் தூர வைக்காதீர்கள் என்பதே அது.

எந்தக் காலத்திலும் பெண் 'சும்மா' இருந்ததில்லை. ஆனால் தன் விலைமதிப்பற்ற உழைப்பை எங்கு செலுத்துகிறாள் என்பதே கேள்வி. "ஓய்வு என்பது படுத்துத் தூங்குவதல்ல, வழக்கமான பணியிலிருந்து விடுபட்டுப் பிடித்தமான செயலில் இறங்குவது" என்று முனைவர் இறையன்பு வலியுறுத்தும் உண்மையான 'ஓய்வை' பெண்கள் எப்போது முன்னெடுக்கப் போகிறோம்?

"தண்ணிக் குடமெடுத்து, தலைகுனிந்து, உடல் நனைந்து அன்ன நடை நடந்து போற கண்ணம்மா, என்னை அடையாளம் தெரியலையா பொன்னம்மா?" முதுமையிலும் இளமைத் துள்ளலுடன் குறும்பு கொப்பளிக்கும் பரவை முனியம்மாவின் குரல் தொலைக்காட்சியின் ஊடாகக் காற்றில் பரவி வேர் விட்டு விழுது பரப்புகிறது.

தொடர்ந்து பயணிப்போம், வேர்களைத் தேடி...

எங்களைப் படிக்க விடுங்க, ப்ளீஸ்..!

"டீச்சர், நீங்க எவ்வளவு சொன்னாலும் சரி, இவளை வெளியூருக்கு அனுப்பிப் படிக்க வைக்க முடியாது", கொஞ்சம் காட்டமாகவே பதில் வந்தது. என்ன சொல்லியும் புரிய வைக்க முடியாத ஆற்றாமையும், கல்வி சார்ந்த பதிவேடுகளைத் தயாரிக்க வேண்டிய சலிப்பும் சேர்ந்து என் முகத்தில் கோபமாக அப்பட்டமாகத் தெரிந்திருக்க வேண்டும். இன்றைய கல்விமுறை கற்பித்தல் பணியைத் தாண்டி, ஆசிரியர்களை எழுத்தராக, பதிவராக மாற்றிக்கொண்டிருப்பதில் சற்றும் உடன்பாடில்லாததால் ஏற்பட்ட சலிப்பு அது. "இல்ல டீச்சர், நிறைய பிரச்சினை வரும். அது நமக்கு சரிப்படாது". இப்போது குரலில் சுருதி இறங்கியிருந்தது. எட்டாம் வகுப்பு முடித்திருந்த என் வகுப்பு மாணவி கோபிகாவை, ஒன்பதாம் வகுப்புப் படிக்க, 4 கிலோ மீட்டர் தொலைவிலுள்ள சற்றே பெரிய டவுனுக்கு அனுப்ப முடியாது என்று பிடிவாதம் பிடிக்கும் அம்மாவுக்கும், 'என்னைப் படிக்க அனுப்பலைன்னா செத்திடுவேன்' என்று பயமுறுத்தி அடம் பிடிக்கும் மகளுக்குமான பஞ்சாயத்துதான் என்னிடம் வந்திருந்தது.

கோபிகா எட்டாம் வகுப்பு வரை என்னிடம் படித்த, நன்றாகப் படிக்கக்கூடிய மாணவி. நிறைய படிக்க வேண்டும் என

ஆர்வமூட்டி வைத்திருந்ததால், இன்று இந்தப் பிடிவாதம். அவளது தாய் ஐந்தாம் வகுப்பு வரை படித்திருக்கிறார். ஆனால், தன் மகளை வெளியூருக்கு அனுப்பினால், "கெட்டுப் போய் விடுவாள், கண்காணிக்க முடியாது, ஆண்பிள்ளைகளுடன் பழகி ஏதாச்சும் ஆச்சுனா கிராமத்தில் ரொம்ப அசிங்கமாகிவிடும், வேற வீட்டு (வேறு சாதி) பசங்க எல்லாம் படிக்க வருவாங்க" என விதவிதமான காரணங்களை வைத்திருக்கிறார் அம்மா. மகளுக்கோ ஒரே காரணம் தான். "நான் படிச்சி பெரிய வேலைக்குப் போகணும்". அதற்குத்தான் காலையிலிருந்து போராடிக் கொண்டிருக்கிறேன். பெண் குழந்தை களைப் படிக்க வைத்தால் அரசு தரும் நலத்திட்டங்கள் பற்றி எடுத் துக்கூறி ஆசை காட்டியும், இன்னும் அந்தத் தாயைச் சம்மதிக்க வைக்கமுடியவில்லை. என் மாணவிபோல, எத்தனை எத்தனை குழந்தைகள் தினமும் கல்விக்காகப் போராடிக் கொண்டிருக்கிறார் களோ என்று அயர்ச்சியாக வந்தது.

பெண்களுக்கான கல்விப் போராட்டம் நீண்ட நெடிய பயணத்தைக் கொண்டது. 1872-ல் இந்தியாவில் எடுக்கப்பட்ட முதல் கணக் கெடுப்பின்படி, வயது வந்தோரில் கல்வி கற்றோர் சதவீதம் 3.2 ஆகவும், பெண்களில் கல்வி கற்றோர் சதவீதம் 0.5 ஆகவும் இருந்தது. அந்தச் சூழலை மாற்ற விரும்பித்தான், 1854-ல் சார்லஸ் உட் டெஸ் பாட்ச் அறிக்கையும், 1882-ல் சர் வில்லியம் ஹண்டர் அறிக்கையும் பெண்களுக்குக் கல்வி அளிப்பதனால் சமூகத்தில் ஏற்படப்போகும் சிறப்பான மாற்றங்களைச் சுட்டிக்காட்டி பெண் கல்வியை வலியுறுத்தியிருந்தது. ஆனாலும்கூட, பெண்களுக்கான கல்வி உரிமையைப் பெறுவதற்கு, பல்வேறு காலகட்டங்களில் பல்வேறு சமூக, பொருளாதார, கலாச்சார, பண்பாட்டுத் தடைகளை உடைத் தெறிய வேண்டியிருந்தது. குழந்தைகளும் இளம் பெண்களும் தரமான கல்வியைப் பெறுவது மனித உரிமை என்றும், அதனையே முதன்மை நோக்கமாகக் கொண்டு செயல்படுவதாகவும் உலக வங்கி கூறினாலும், இன்றைக்கும் 129 மில்லியன் பெண் குழந்தைகள் பள்ளி செல்லாக் குழந்தைகளாக இருப்பதாக யூனிசெஃப் கூறுகிறது. இந்தியாவின் மூலை முடுக்குகளில் ஒளிந்திருக்கும் கிராமங்களில், பெண்களுக்கான உயர்கல்வி என்பது பெரும் கனவாகவும், சவாலா கவுமே இருக்கிறது. அந்தச் சவால்களைச் சமாளித்து, தன்னம்பிக்கைப் போராளிகளாகக் களமாடுபவர்களே இங்கு தங்களைப் போன்ற

பலருக்கும் முன்னத்தி ஏராய் நிமிர்ந்து நிற்கின்றனர்.

சரிதா ஜோ. புன்னகை மாறாத முகம், பார்த்தவுடன் கை பற்றிப் பேசத் தூண்டும் சினேகமான பாவம். எழுத்தாளராக எனக்கு அறிமுகமானவர். பேசப் பேசத்தான் தெரிந்தது கதைசொல்லி, பட்டி மன்றப் பேச்சாளர், ரேடியோவில் ஆர்.ஜே, ஸ்கேன் பவுண்டேஷன் இந்தியாவின் தூதுவர் என பலப்பல சிறகுகளை அழகாக விரித்துக்கொண்டே செல்கிறார் என்று. ஈரோடு மாவட்டத்திலுள்ள விஜயமங்கலம்தான் பிறந்த ஊர். அம்மாவும் அப்பாவும் பெரிதாய்ப் படித்திருக்கவில்லை. குடும்பத்திற்கென தேசிய நெடுஞ்சாலையில் ஒரு ஹோட்டல் இருந்ததால், தினமும் பிழிந்தெடுக்கும் வேலை. தன்னையொத்த பிற குழந்தைகளைப்போல நினைத்த நேரமெல்லாம் விளையாடப் போக அனுமதி கிடைக்காது. தன்னுடைய பள்ளிப் படிப்பை முடிக்கும்வரை, ஒரு காபி தவிர காலைச் சாப்பாடோ, மதியச் சாப்பாடோ சாப்பிட்டதேயில்லை என்கிறார் சரிதா. ஊருக்கெல்லாம் சாப்பாடு கொடுக்கும் அந்தக் குடும்பத்தினருக்கு, தங்கள் வீட்டினர் பசியாற, சமைக்க நேரம் இருக்கவில்லை.

கல்வி சார்ந்த அவரது தேவைகள் அவ்வளவு எளிதாகக் கிடைத்துவிடவில்லை. "பொம்பளப் புள்ளைக்கு சண்டை போடற வெளையாட்டு எதுக்கு?' என்று தடை போட்ட கராத்தே பயிற்சியி லிருந்து, 'கல்யாணம் பண்ணி வேற வீட்டுக்குப் போகப்போற புள்ளைக்கு கம்ப்யூட்டர் எதுக்கு?' என்ற கேள்விகள் வரை போராடியே வெற்றி கொள்ள வேண்டி இருந்தது. ஆனாலும்,

பனிரெண்டாம் வகுப்பிற்குப் பிறகு இவரது கல்லூரிக் கனவு முறியடிக்கப்பட்டது. "சிறு வயதிலிருந்தே அறிவியல் பாடங்களைப் படிக்கும்போது, இன்னும் நிறைய கண்டுபிடிப்புகள் எனக்காகவே காத்திருக்கு, நான் போய்த்தான் அதையெல்லாம் கண்டுபிடிக்க வேண்டும், என ஒரு அறிவியல் ஆராய்ச்சியாளராகவே என்னைக் கற்பனை செய்து கொள்வேன், ஆனால், என்னால் கல்லூரி வாசலைக் கூடத் தொட முடியவில்லை" எனக் கூறிச் சிரிக்கிறார் சரிதா.

இத்தனைக்கும் கல்லூரி செல்ல வேண்டிய காலத்தில், பணப் பிரச்சினையில்லாத வசதியான குடும்பம்தான். இங்கு பெரும்பாலான அம்மாக்களுக்கு, பணத்தைவிட இந்த சமூகத்தின் மீது பயம், சமூகத்தின் கேள்விகளை எதிர்கொள்ள அச்சம். 'பெண்களுக்குப் பெரிதாய் படிப்பு தேவையில்லை, 'நல்ல பேருடன்' திருமணமாகிப் போனால் போதும்' என இந்தச் சமூகம் அவர்களைப் பழக்கி வைத்திருக்கிறது. "இனியொரு முறை நீ கல்லூரி செல்ல வேண்டு மென்று அடம் பிடித்தால், நான் தற்கொலை செய்து கொள்வேன்" என்ற அம்மாவின் பயமுறுத்தலுக்கு முன், அந்தப் பதினேழு வயதுச் சிறுமி அடங்கித்தான் போக வேண்டியிருந்தது.

மனிதர்கள் ஒவ்வொருவருக்கும் ஒவ்வொரு காலக்கட்டத்திலும் ஒரு தீராத தேடல் இருக்கும். அதுவே அவர்களது வாழ்வை அடுத்த கட்டத்திற்கு நகர்த்திச் செல்லும். 17 வயது சரிதாவிற்கும் தேடல் இருந்தது. கல்வியின் மீதான தேடல்; மேடையின் மீதான ஏக்கம்; ஒலிவாங்கியின் மீதான காதல்; அத்தனையும் வற்றி விடாமல் மனதிற்குள்ளேயே சேமித்துக் கொண்டார். வீட்டிலிருந்தபடியே தன் தேடலை நோக்கிய பயணத்தைத் தொடங்க, கதவுகள் தானாய் விரிந்தன. தொலைதூரக் கல்வியில் பி.ஏ. கம்ப்யூட்டர் பயிற்சி வகுப்பு, ஆங்கில வகுப்பு என தன் கனவுகளுக்கு சற்றே தீனி போட்டார்.

வழக்கம்போல, திருமணம், குழந்தைகள், பராமரிப்பு என கிட்டத்தட்ட 8 வருடங்கள் உலகம் குழந்தைகளுடன் சுருங்கியது. குழந்தையைக் கையில் வைத்துக்கொண்டே முடிந்ததையெல்லாம் படித்தாகி விட்டாலும், மனதுக்குள் ஏதோ ஒன்று வெற்றிடமாகவே இருந்தது. திடீரென ஒரு ஆசை, கைவிட்டுப் போன கல்லூரிக் கனவைத் தூசி தட்டி எடுத்தார். 'பி.எட். படித்தால் என்ன? அதுவும் நேரடியாக கல்லூரிக்கே சென்று படித்தால்?' இந்த முறை கணவர்

பச்சைக்கொடி காட்ட, முதல் கல்லூரி வாழ்க்கை இவரது பல தேடல்களை நிறைவேற்றியது. இவர் கனவு கண்ட மேடை இவர் வசம் வந்தது. கதை, கட்டுரை, பேச்சு, நாடகம், விளையாட்டு என இவரது பல்வேறு திறமைகளும் வெளிச்சத்துக்கு வந்தன. அதன் பிறகு எம்.ஏ., எம்.எஸ்.சி., எம்.எட். என்று பெயருக்குப் பின்னால் பல பட்டங்கள்.

மறுக்கப்பட்ட கல்வியைத் தேடித்தேடிக் கற்றபின், அந்தக் கல்வியை சமூகத்திற்குப் பயனுள்ள வகையில் மாற்ற வேண்டுமே! யோசித்தார். இவரது தொடர்ந்த புத்தக வாசிப்பு, படைப்புத்திறன், ஆர்வம் அத்தனையும் ஒன்று சேர, இவற்றிற்கான களமாக, உலகின் ஆதிக்கலைகளில் ஒன்றான 'கதை சொல்லி' என்ற புதிய பாதையைத் தேர்ந்தெடுத்துள்ளார். கதைகளின் தாய் நிலமாகக் கொண்டாடப்படும் இந்தியாவில், கதை சொல்லுதல் என்ற பழக்கம் வீடுகளிலும் பள்ளிகளிலும் மெல்ல மெல்ல மறைந்தே விட்டது எனலாம். நமது குழந்தைகளைத் தொலைக்காட்சியிடமும் இணையத்திடமும் நாம் ஒப்படைத்துப் பல வருடங்களாகி விட்டன. அவர்களை மீட்டெடுப்பதற்காக, கதைசொல்லியாகக் களம் இறங்கியுள்ளார் சரிதா. தொலைக்காட்சி, முதியோர் இல்லங்கள், ஜே.சி.ஐ., மாணவர்கள், இணையம் என இவர் கதை சொல்லும் தளங்கள் விரிகின்றன. ஒரு காலத்தில், 'தொட்டு விட மாட்டோமா?' என ஏக்கமுடன் பார்த்த ஒலிவாங்கி இன்று இவரது கை விட்டு இறங்க மறுக்கிறது. அரசு மருத்துவமனைகளுக்குச் சென்று கருவில் இருக்கும் குழந்தைகளுக்கும் இவர் கதை கூறுகிறார் என்ற செய்தி வியப்பாக இருக்கிறது.

"கதை சொல்வதற்காக மட்டுமே வாழ்கிறேன்" என்கிறார் நோபல் பரிசு பெற்ற எழுத்தாளர் கேப்ரியல் கார்சியா மார்க்குவெஸ். அது போலவே கதை சொல்வதற்காக மட்டுமே சரிதாவின் ஒவ்வொரு காலையும் விடிகிறது. குழந்தைகளுக்காகவே அவரது நாள்காட்டியும், கடிகாரமும் ஓய்வின்றிச் சுழல்கின்றன. "குழந்தைகளின் உலகம் முழுவதும் கேள்விகளே ஆக்கிரமித்துக் கொண்டுள்ளன, அவற்றுக்கான பதிலாக நான் இருக்க ஆசைப்படுகிறேன்" என்று கூறும் சரிதா, கதை சொல்லலை வணிகமாக மாற்றாமல், தன்னார்வலராகவே செயல்படுகிறார் என்பதறிந்து ஆச்சரியப்பட்டால், "நான் கூறும் கதைகளுக்கு இடையில் எனக்கும் குழந்தைகளுக்குமான கதைத்தல்தான் எனக்குத் தேனில் ஊறும் பலாச்சுளை, அதற்கு விலையேது?" என்று திருப்பிக் கேட்கிறார்.

இவர் கதை சொல்லும்போது, கதை சொல்லும் பாட்டியாக, சிறு குழந்தையாக, செட்டி நாட்டு ஆச்சியாக, கொங்குத் தமிழ் பேசும் மங்கையாக, கொஞ்சும் கிளியாக, பிளிறும் யானையாக, கர்ஜிக்கும் சிங்கமாக, இன்னும் இன்னும் கற்பனைக்கேற்ப இவரது குரல் மாறி மாறி மாயஜால வித்தை காட்டுகிறது. புதுப்புது யுக்திகள், புதுப்புது விவரணைகள் என வித்தியாசமாய்ச் செல்கின்றன இவரது கதைகள். இவரது 'நீல மரமும் தங்க இறக்கைகளும்', 'மந்திரக் கிலுகிலுப்பை' போன்ற சிறார் நூல்கள் குழந்தைகள் உலகில் பரவசத்தை உண்டு பண்ணி இருக்கின்றன.

"முதல் அடியை எடுத்து வைக்க நாம் துணிந்து விட்டால், இந்தப் பிரபஞ்சம் நமது திறமைகளை வரவேற்க சிவப்புக் கம்பளத்துடன் காத்திருக்கும் என்பதே உண்மை. எனது இந்தப் பயணத்தில் என் வாழ்நாள் முழுக்க என்னைக் கைப்பிடித்து அழைத்துச் செல்பவர்கள் பாரதியும், பெரியாரும் மட்டுமே" என்கிறார் பெருமையுடன்.

பெண்களின் கல்வி வாய்ப்பு என்பது எப்போது வேண்டு மானாலும் உருவப்படலாம் என்பதே யதார்த்த நிலை. ஆரம்பக் கல்வியில் 95 சதவீதமாக இருக்கும் பெண்கல்விச் சேர்க்கையானது, உயர்கல்விக்குச் செல்லும்போது 51 சவீதமாக மாறும் தலைகீழ் மாற்றம் இந்தியாவில் மட்டுமே சாத்தியம். இந்த இடைநிற்றலை எத்தனைத் திட்டங்கள் வந்தாலும் தடுக்க முடியவில்லை என்பதே உண்மை.

வறுமையால் ஃபயர் ஆபீசுக்கு அனுப்பப்பட்ட செல்வி,

கட்டாயத் திருமணத்திற்குக் கழுத்தை நீட்டிய கவிதா, மாதாந்திரப் பிரச்சினையால் ஸ்கூலுக்குப் போகக் கஷ்டம் எனக்கூறி வயக்காட்டு வேலைக்குப் போன மாரீஸ்வரி, கூலி வேலைக்குப் போன அப்பா திடீரெனெ செத்துப்போக, வீட்டில் நிறுத்தப்பட்ட காளியம்மாள், வீட்டில் கைக்குழந்தைகளைப் பார்த்துக்கொள்ள தன் படிப்பைக் காவு கொடுத்த எஸ்தர் என நீண்டு கொண்டே செல்கிறது படிப்பைப் பாதியில் விட்ட என் மாணவிகளின் எண்ணிக்கை. சமீபத்தில் கொரோனா பெருந்தொற்றுக் காலத்தில் பொறியியல் இரண்டா மாண்டு படித்துக் கொண்டிருந்த முனீஸ்வரி, தீப்பெட்டி ஆபீசில் வேலை பார்த்துக் கொண்டிருந்த எதிர்வீட்டுப் பையனைக் காதலித்து, வீட்டினர் சம்மதமின்றித் தானே திருமணம் முடித்துச் சென்றுவிட, இன்று அவளும் தீப்பெட்டி ஒட்டிக்கொண்டிருப்பதை அறிய அதிர்ச்சியாக இருக்கிறது. அது மட்டுமல்ல, என்னிடம் படித்த மாணவிகள் இன்றைக்குத் தங்களின் குழந்தையைக் கைப்பிடித்து பள்ளிக்கு அழைத்து வரும்போது "என்னை அன்னிக்கு எங்க அம்மா, அப்பா படிக்க வைச்சிருக்கலாம், படிக்காம விட்டுட்டேன் டீச்சர்", எனத் துயருடன் பேசுவதைக் கேட்க நேரிடும் போதெல்லாம், பெண்கல்வி மறுக்கும் இந்தச் சமூகத்தின்மீது கோபப்பட மட்டுமே முடிகிறது. ஆண்-பெண் கல்வியறிவு இடைவெளியில் 13-வது இடத்தில் இருக்கும் தமிழ்நாட்டில் இந்த நிலை எனில், 29-வது இடத்தில் இருக்கும் இராஜஸ்தானியப் பெண்களின் நிலையை நினைக்கவே அச்சமாக இருக்கிறது. (Literacy in India : The Gender and Age Dimension - 2019, Observer Research Foundation)

மேற்சொன்ன இடைநிற்றலுக்கான காரணங்களின் அடிநாதம் "பொம்பளப் புள்ள படிச்சி என்னா செய்யப் போகுது?" என்று ஆழ் மனதில் உறைந்திருக்கும் 'மனு'வின் சாரங்களன்றி வேறில்லை. தன்மீது மாட்டப்பட்ட மனுவின் முகமூடியைக் கிழித்தெறிந்து, சுயம்புவாய் முன்னேறி, தனக்கு மறுக்கப்பட்ட கல்வியை எட்டிப் பிடித்து அதையும் சமூகத்திற்குப் பயனுள்ளதாய் மாற்றிக் கொண்டிருக்கும் சரிதா, பலநூறு பெண்களுக்குப் பாதைகாட்டி முன்னேறுகிறார்.

தொடர்ந்து பயணிப்போம், வேர்களைத் தேடி...

"நம்பர் 106, பன்னெண்டாவது புள்ள" அந்த ஆஸ்பத்திரி கவுண்டரில் இருந்த அக்கா கத்திக் கத்தி அழைக்க, தாங்க முடியாத வயிற்று வலியோடு வரிசையில் காத்திருந்த அமலிக்கு வெட்கமாக இருந்தது. சுற்றிலும் பார்த்தாள். நீண்டிருந்த வரிசையில் எல்லாரும் அவளையே நமுட்டுச் சிரிப்புடன் பார்ப்பது போல இருந்தது. சில அம்மாச்சிகள் சத்தமாகவே, "பன்னெண்டாவது புள்ளையா?" என மோவாயில் கை வைத்துக் கேட்டனர். அவசர அவசரமாகத் தலைகுனிந்து கொண்டே, நர்ஸ் அக்கா கொடுத்த மாத்திரையை வாங்கிக்கொண்டு நகர்ந்த அமலிக்கு, தனது பெயரே மறந்துவிடும் போல் இருந்தது. அவளுக்கு மட்டுமல்ல, இந்த எஸ்டேட் முழுவதும் மனிதர்களுக்குப் பெயரில்லை, எண்கள்தான். உழைக்கும் வர்க்கத்தின் பெயர் தெரிந்து முதலாளி களுக்கு என்ன பயன்?

அந்த எஸ்டேட்டில் வேலை பார்க்கும் அமலியின் அம்மா விற்கு, எஸ்டேட் நிர்வாகம் கொடுத்திருக்கும் எண் 106. அங்குள்ள பணியாளர்களுக்கான மருத்துவமனை முதல் கூலி வாங்கும் இடம் வரை பேரேடு களில் இருக்கும் அந்த எண்ணுக்கே மரியாதை. "எங்க குடும்பம் கொஞ்சமே கொஞ்சம் பெரிசு. பதின்மூன்று பிள்ளைகளில் நான் பன்னிரெண்டாவதாகப்

நம்பர் 106, பன்னெண்டாவது புள்ள

பிறந்தேன்." சொல்லும்போதே சிரிப்பு அள்ளுகிறது. அதனால்தான் இந்தப் பெயர் - 'நம்பர் 106, பன்னெண்டாவது புள்ள'. நல்லா இருக்கு இல்ல? அங்கிருக்கும் வரை பெயரில்லாத எண்களாகத்தான் நாங்கள் இருந்தோம் எனச்சொல்லி மீண்டும் சிரிக்கிறார் அமலி என்று செல்லமாக அழைக்கப்படும் அமலபுஷ்பம்.

அப்பா மரிய சூசை, அம்மா மிக்கேலம்மாள். பூர்வீகம் கயத்தாறு அருகிலுள்ள கம்மாபட்டி என்ற கிராமம் என்றாலும், வாழ்க்கையை நகர்த்த இவர் தந்தை தேர்ந்தெடுத்த இடம்தான் திருநெல்வேலி மாவட்டம், மாஞ்சோலை எஸ்டேட். அவர் எஸ்டேட்டின் பெயர் கூறியதும், நினைவடுக்குகளிலிருந்து உதிர்கிறது, உழைக்கும் வர்க்கமும் சுரண்டும் வர்க்கமும் மோதிக்கொண்டதில் பலியான 17 பேரின் நினைவுகள். ஆம், அங்குதான் அமலியின் அப்பா தச்சு வேலை செய்துகொண்டிருந்தார். பதிமூன்று பிள்ளைகளா? நானும் ஆச்சர்யத்துடன் கேட்க, "எனக்கு நினைவு தெரிந்தவரை எந்த விஷேச வீட்டிலும் நாங்கள் சாப்பிட்டதில்லை, யார் வீட்டுக்கும் போனதும் இல்லை. ஏனெனில் யாரும் எங்களைக் கூப்பிடவே மாட்டாங்க. பத்து ரூபாய் மொய் செஞ்சிட்டு பதினைஞ்சி பேர் சாப்பிட வந்திருவாங்க என்று எங்க காது படவே சொல்வாங்க" எனக் கூறி அவர் சிரிக்க, கேட்கும் நமக்குத்தான் சங்கடமாக இருக்கிறது.

ஒரு தொண்டு நிறுவனத்தின் விழாவில் இருவருமே சிறப்பு அழைப்பாளர்களாக் கலந்து கொண்ட ஒரு நாளில்தான் நாங்கள் சந்தித்தோம். ஒவ்வொரு வரி பேசி முடித்ததும் ஒரு சிரிப்பு. எப்போதும் யாருக்காவது வலியச் சென்று உதவி செய்யும் குணம். இதுதான் அமலி. பெண்களின் சிரிப்பிற்குப் பின்னால் மிகப்பெரிய வலியும் அவமானமும் இருக்கும் என்பதற்கு அமலியும் விதிவிலக் கல்ல.

ஒன்றாம் வகுப்பு படித்துக்கொண்டிருந்த அமலிக்கு, பாட்டு என்றால் அவ்வளவு இஷ்டம். காதால் கேட்ட பாடலை எல்லாம் பாடிக்கொண்டிருப்பது இயல்பாக வந்தது. அப்பா பாடும் நாட்டுப் புறப் பாடல்கள், சர்ச்சில் பாடும் பாடல்கள் எல்லாம் தலைகீழ் மனப்பாடம் அந்தக் குட்டிக்கு. இரண்டாம் வகுப்பு படிக்கும்போது, பள்ளியில் மாணவர்களை அமைதிப்படுத்தவும், பொழுது போகாத நேரங்களிலும் ஆசிரியர்களுக்கு அமலிதான் ஆல் இண்டிய

ரேடியோ. நேயர் விருப்பம் நீண்டு கொண்டே போனாலும் பாட ஒருபோதும் சலிப்புத் தட்டியதேயில்லை. பேசிக் கொண்டிருக்கும் போதே,

"கல்வாரித் தென்றலே வா
கனிவாகத் தேற்றிட வா
தங்கும் பாவக் கனல் போக்க
எங்கும் தேவ அருள் வீச."

எனப் பழைய நினைவுகளில் மூழ்கி, இனிமையான குரலில் பாடத் தொடங்கி விட்டார்.

"அந்த மலைக்காட்டில் ஆண் - பெண் என்ற வேறுபாடில்லாமல் ஒன்றாகத்தான் அலைந்தோம், விளையாடினோம். எங்களுக்குப் பெரிதாய் எந்தக் கட்டுப்பாடுகளும் இல்லை. வீட்டில் வறுமை கடுமையாக இருந்தாலும் குழந்தைப் பருவத்தை ரசித்தே கடந்தேன். 'காட்டுக்குள் புளிச்சாறு இலையும் காந்தாரி மிளகாயும் உப்பும் வைச்சி, பாறையில் அரைச்சி சாப்பிட்டிருக்கியா ரமா?' ஸ்ஸ்ஸ்ஸ், அப்படி ஒரு சுவை", ரசித்துச் சொல்கிறார். பெரிய குடும்பம் என்பதால், இரவில் சோறும் விலை குறைவான ஒரு காயால் செய்யப்பட்ட குழம்பும்தான் கிட்டத்தட்ட 15 பேரின் பசியைப் போக்கும் அமிர்தம். குழந்தைகளின் பசியாற்றுவதில் மட்டுமே அம்மாவின் முழுக் கவனமும் இருந்ததால், எந்தக் குழந்தையிடமும் தனிப்பட்ட கவனம் செலுத்த அவருக்கு நேரம் இருந்ததில்லை. "அம்மாவிடம் இருந்து என்றைக்கும் எனக்குப் பெரிதாய்ப் பாசம் கிடைத்ததில்லை ரமா" என வறண்ட சிரிப்புடன் கூறுகிறார்.

தொடக்கக்கல்வி முடித்து, அம்பாசமுத்திரத்தில் இருந்த மேல்நிலைப் பள்ளியில் சேர, அங்கு இவரது திறமையைப் புரிந்து கொண்ட தலைமையாசிரியர் ருக்மணி சாந்தாவும் கர்நாடக இசை ஆசிரியர் சோமசுந்தரமும் இவரை முறையான கர்நாடக இசையின் பக்கம் மடை மாற்றிப் பயிற்சியளித்தனர். பள்ளிக்கல்வி முடித்தவுடன் கல்லூரிக்குச் செல்லும் வாய்ப்பு மறுக்கப்பட, இசை ஆசிரியர் பயிற்சியில் சேர்ந்தார். வீட்டிலிருக்கும் நேரத்தில் அப்பாவின் நாட்டுப்புறப் பாடல்களைத் தொகுக்க ஆரம்பித்தார். பெண்ணும் தண்ணீர் போலத்தான். எத்தனை முட்டுக்கட்டை போட்டாலும்

கிடைக்கும் சந்து பொந்துகளிலெல்லாம் நுழைந்து, தன்னை வெளிப் படுத்திக்கொள்ள அவளால் முடியும். அதுபோல, கிடைக்கும் இடத்திலெல்லாம் தன் திறமையை மெருகு போடத் துவங்கினார். ஆல் இண்டிய ரேடியோவில் நாட்டுப்புறப் பாடகியாக ஒப்பந்த அடிப்படையில் தேர்வு, YMCA (Young Men's Christian Association) அமைப்பின், நாட்டுப்புறப் பாடல்களைக் கிராமங்களுக்குக் கொண்டு சேர்க்கும் பணிக்கான ஒட்டப்பிடாரம் ஒருங்கிணைப்பாளராகச் செயல்படும் வாய்ப்பு, 'செம்மணி கலைக்குழு'வின் சமுதாயப் பணிகளில் இயங்கும் வாய்ப்பு என, கிடைத்த எந்த வாய்ப்பையும் தவறவிடாமல் பற்றிக் கொண்டார்.

'மேடைகளில் பாடக்கூடாது' என்று வீட்டில் தடைபோட, 'பாடத்தானே கூடாது?' என, பாடல்கள் எழுதத் தொடங்கினார். ஆனாலும் அந்த மேடையின் மீது மனம் லயித்துதான் கிடந்தது. எதிர்ப்பு வரும் இடங்களிலெல்லாம் இவர் சுணங்கி நின்றுவிடவே இல்லை. உடனே மாற்றுப் பாதையைத் தேர்ந்தெடுத்துக் கொள்வார். பெண்ணியச் சிந்தனைகள், தலித்தியச் சிந்தனைகள், விடுதலைப் பாடல்கள் என இவரது பேனாக்களுக்குச் சிறகு முளைத்தது. இவரின் எல்லா முயற்சிகளுக்கும் ஊக்கமும் உற்சாகமும் அளித்தது அப்பா மட்டுமே என்கிறார். ஒரு கட்டத்தில் இவரைத் தவிர வீட்டில் தங்கை உட்பட அனைவருக்கும் திருமணமாகி இருக்க, திடீரென அப்பாவும் இறந்துவிட வறுமையும், இவரும் மட்டுமே அந்த வீட்டில் மிச்சமாய்.

ஆனால், சில மாதங்களில் இசை ஆசிரியராக அரசுப் பணி கிடைத்துவிட, அதே வருடத்தில் திருமணமும் கைகூட வாழ்வு கொஞ்சம் எளிதாகியது. கணவர் ஆசிரியர். இவரது திறமைகளை மேடையேற்றி அழகு பார்க்கிறார். "எந்த மேடைக்காக நான் ஏங்கி கொண்டிருந்தேனோ, எந்த மேடையில் நான் ஏறக்கூடாது என்று எனக்குத் தடை விதிக்கப்பட்டதோ அந்த மேடையே எனது வாழ்க்கை யானது. நன்கு புரிந்து கொண்ட கணவர், இருவருக்கும் அரசு வேலை, இரண்டு குழந்தைகள், விரும்பிய இசை வாழ்க்கை என ஒரு சராசரிப் பெண்ணுக்கான எதிர்பார்ப்புகள் அனைத்தும் பூர்த்தியாக, வாழ்க்கை சந்தோஷமாகவே சென்றது, திருமணமான ஐந்தாம் வருடத்தில் கணவருக்கு அந்த நோய் எனக் கண்டறியப்படும் வரை.

ஏதேதோ ஆங்கிலப் பெயர் சொன்னார்கள், அபூர்வமான நோய் என்று ஆச்சரியப்பட்டார்கள், கூடிக்கூடிப் பேசினார்கள், அவரையே ஆராய்ச்சிக்கு உட்படுத்தினார்கள், அந்த மருத்துவ மொழிகளைத் தாண்டி எனக்குப் புரிந்தது கிட்னியில் கேன்சர் என்பதே. இரண்டு வருட கடினமான போராட்டங்ககளுக்குப் பிறகு பயங்கரமான நாள் வந்தது ரமா, அக்டோபர் **14, 2007** என் எல்லாக் கனவுகளையும் தகர்த்தெறிய". முடித்தவரின் குரலில் எந்தச் சலனமுமில்லை.

ஏற்கனவே சிகிச்சை எடுத்துக் கொண்டிருந்த அந்த இரண்டு வருடத்தில், பொருளாரதார ரீதியாகவும் அவரது இசைப் பயணத் திலும் பலவிதமான சறுக்கல்கள். ஏழே வருடங்களில் எல்லாம் முடிந்துவிட்டது. வாழ்க்கை மீண்டும் மீண்டும் பூஜ்யத்திற்கு வழுக்கிச் செல்வதாய் அவருக்குத் தோன்றியது. பேசத் தெரிந்த நாள் முதலாய் பாடித் திரிந்த வாயும் அகரம் தெரிந்த நாள் முதலாய் எழுதிக் குவித்த கையும் வீட்டிற்குள் அடங்கிக் கிடந்தன. இழப்பின் வலியும் அடக்கப் பட்ட திறனும் முட்டிக்கொள்ள, முடிவெடுக்கத் தெரியாமல் சில காலம் மௌனித்திருந்தார்.

ஒரு குடும்பத்தில் மனைவி இறந்துவிட்டால், குடும்பமே சேர்ந்து கணவனுக்கு மறுமணம் செய்து வைப்பதும், கணவன் இறந்து விட்டால், குடும்பமே சேர்ந்து மனைவியை ஒதுக்கி வைப்பதும்தானே கலாச்சாரம், பண்பாடு என்ற பெயரில் இங்கு திணிக்கப்படுகிறது?! இந்தச் சமூகத்தில் கணவரை இழந்த பெண்களுக்கு வீட்டிற்குள் ஒடுங்குதல் என்ற தேர்வைத் தவிர வேறு இல்லை. அதையும் அவளே விருப்பத்துடன் தேர்ந்தெடுக்க வேண்டும் என்றுதானே குடும்பமும் சமூகமும் விரும்புகிறது? ஆணுக்கில்லாத விதவை நிலை பெண்ணுக்கு

மட்டும் யாரால், எப்படி, ஏன் உருவாக்கப்பட்டது? தனிமையில் யோசிக்க யோசிக்க, அவருள் இருந்த பெண்ணியச் சிந்தனைகள் மனதிற்குள் மாற்றத்தை ஏற்படுத்தின. இடிந்து விழுந்தவர் மீண்டும் இமயமாய் எழுந்தார். குடும்பமோ, சமூகமோ என்ன சொன்னால் என்ன? இசைக்காகவே என் வாழ்வு இருக்கட்டும் என்று உறுதி எடுத்தார்.

அடுத்து வந்த ஆண்டுகளில் கவிஞர் கனிமொழியின் தலைமையில் நடைபெற்ற சங்கமம் நிகழ்வுகளில், கிராமியக் கலைஞர்களை ஒருங்கிணைக்கும் வாய்ப்பும், நெகிழி விழிப்புணர்வு, நீர் மேலாண்மை, மரம் வளர்ப்பு, குழந்தைகள் பாதுகாப்பு, பெண்ணுரிமை போன்றவை குறித்த விழிப்புணர்வுப் பாடல்கள் அடங்கிய பாடல் தொகுப்புகளை தோழர் நல்லகண்ணு, நம்மாழ்வார் ஐயா, தோழர் பிருந்தா காரத் போன்ற ஆளுமைகளின் கையால் வெளியிட்டதும் இவரது தன்னம்பிக்கையை அதிகரித்திருக்கின்றன. கோவில்பட்டியிலுள்ள அரசு மகளிர் மேல்நிலைப் பள்ளியில் பணியாற்றும் இவர், மாணவிகளுக்குப் பாடல்கள் மட்டுமல்லாது, பறை, ஒயில், கரகம், கோலாட்டம், காவடி, களியல் என்று கிராமியக் கலைகள் அத்தனையும் பயிற்சி அளிக்கிறார். தூத்துக்குடி மாவட்டத்தின் அத்தனை அரசு விழாக்களிலும் மாவட்ட ஆட்சியர் துவக்கி வைக்கும் அத்தனை அரசு திட்டங்களிலும் இவரது விழிப்புணர்வுப் பாடல்களே நிகழ்வின் பிரதானமாக இருக்கின்றன. குழந்தைத் திருமணங்களைத் தடுக்கவும், துணிச்சலான முடிவு எடுக்கவும், பிரச்சினைகளுக்குத் தீர்வு காணுவதற்குமான பயிற்சிகளை பெண் குழந்தைகளுக்குக் கொடுக்கிறார். இவரது கலைச் சேவைக்கென விருதுகள் பல குவிந்தாலும், கடந்த 2020-ஆம் ஆண்டில், தமிழக அரசின் 'கலை மாமணி' விருது இவரது எதிர்பார்ப்பற்ற கலைச் சேவைகளுக்காக இவரைத் தேடி வந்தது மிகச் சிறப்பு. மன்னார், வென்று வருவான் போன்ற திரைப்படங்களில் பாடியிருந்தாலும்கூட, வருத்தப்படாத வாலிபர் சங்கப் பாடல் இவரை வெளி உலகிற்கு அறிமுகப் படுத்தியது.

தனக்கென ஒரு இசைக்குழுவும் வைத்திருக்கிறார். "அது தொடர்பான நிகழ்ச்சிகளில் கலந்து கொள்ளும்போதும் பிற பொது இடங்களிலும் கணவர் இறந்த விஷயத்தைக்கூட யாருக்கும் தெரியப் படுத்துவதில்லை ரமா, காரணத்தை நீயே புரிந்துகொள்" என்று

கனக்கும் குரலில் கூறுவது புரிந்து மௌனமானேன். இந்தியா போன்ற, கலாச்சாரங்களில் மூழ்கிக் கிடக்கும் நாட்டில், கணவனை இழந்த பெண்களின் வாழ்க்கை கண்ணுக்குத் தெரியாத போராட்டமாகத்தான் இருக்கிறது.

சிறு வயதில் கணவனை இழந்ததால் பூவை அகற்றியவுடன், தன் காலில் கதறி விழுந்த தங்கை மகளைத் தூக்கி நிறுத்தித் தானும் அழுத கணம்தான், பெண்களின் நிலை குறித்துப் பெரியார் சிந்திக்கத் தொடங்கிய தருணம். அதன்பிறகு வாழ்நாள் முழுக்க பெண்களுக்கென ஒரு நெடும் பயணத்தை அவர் மேற்கொண்டாலும், இன்றைக்கும் சினிமா முதலான அனைத்து ஊடகங்களும் கணவனை இழந்த பெண்களைத் தியாகச் சுடராக மட்டுமே சித்தரித்து, அவள் எப்படி வாழ வேண்டும் எனப் பாடம் எடுத்துக் கொண்டிருக்கின்றன. ஏனெனில், கணவன் சிதையில் விழுந்து உயிர் துறப்பதும், 'கணவனை இழந்தோர்க்குக் காட்டுவது இல்' என்று கோப்பெருந்தேவிப் போல கணவனின் காலடியில் உயிர்விடுவதும் உணர்வைத் துறந்து கைம்மையேற்று வாழ்வதுமான மூன்று வாய்ப்புகளைத்தானே, கணவனுக்குப் பின்னான பெண்களின் வாழ்வாக நமது வரலாறு நமக்குக் கற்றுக் கொடுத்திருக்கிறது. வலி, புறக்கணிப்பு, தனிமை, வேதனை எல்லாவற்றையும் தாண்டித்தான் கணவனை இழந்த பெண்கள் வெளியே வர வேண்டியுள்ளது. அவர்களது வாழ்க்கையை வாழ்ந்து பார்க்கும் போது மட்டுமே அதில் புதையுண்டு கிடக்கும் ரணத்தை நாம் உணர முடியும்.

"எனது துயரங்களுக்கும் தனிமைக்கும் மருந்திடுவது என் இசையே. இசையே என் வாழ்க்கை. என் தனிமையை என் இசையின் மூலம் இனிமையாக்கிக் கொள்கிறேன்" என்கிறார் அதே மாறாப் புன்னகையுடன். வாழ்க்கையில் பெருஞ்சோகம் ஒன்று இருந்தால் அதை நினைத்து நினைத்தே மொத்தக் காலத்தையும் கரைத்துவிடும் பெண்களுக்கு மத்தியில், "அந்த சோகங்களைக் கடந்து போவதுதான் வாழ்க்கை" எனக் கூறி கலகலவெனச் சிரிக்கும் அமலியின் இந்த வார்த்தைகள்தான், இன்று பல நூறு அமலிகளுக்கு சுவாசிக்கத் தேவையாக இருக்கிறது.

தொடர்ந்து பயணிப்போம், வேர்களைத் தேடி...

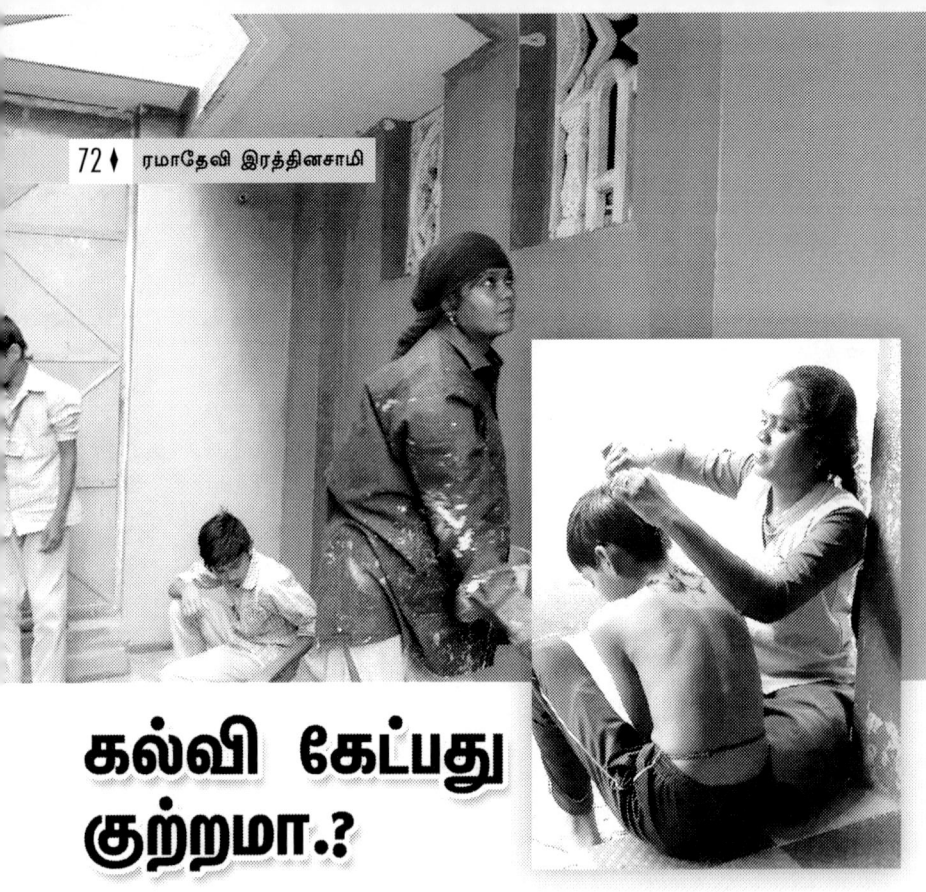

கல்வி கேட்பது குற்றமா.?

இணையம் பரபரப்பாகக் காணப்பட்டது. முகநூல் நிரம்பி வழிந்தது. எல்லா ஊடகங்களும் அதையே பேசின. அனைத்துத் தன்னார்வலர்களும் சமூகச் செயற்பாட்டாளர்களும் கல்வித்துறை அதிகாரிகளுக்கு எதிராகக் கண்டன அறிக்கை விட்டுக் கொண்டிருந்தனர். அன்று அனைத்து ஊடகங்களிலும் பேசு பொருளாகி இருந்தார் ஒருவர். அவர் ஆளுங்கட்சி அரசியல்வாதியோ, மிகப் பெரும் தொழிலதிபரோ, கோடிகளில் புரளும் கார்பரேட் சாமியாரோ, இல்லை. சாதாரண அரசுப்பள்ளி ஆசிரியர். ஆம், திருவண்ணாமலை மாவட்டம், ஜவ்வாது மலை அரசவெளியிலுள்ள, பழங்குடியினர் நலத்துறையின் உண்டு உறைவிடப் பள்ளியில் இடைநிலை ஆசிரியராகப் பணிபுரியும் மகாலட்சுமிதான் அன்றைக்குப் பணி இடை நீக்கம் செய்யப்பட்டு, ஊடகங்களின் அகோரப் பசிக்கு இரையாகிக் கொண்டிருந்தார். குழந்தைகள் பள்ளிக்குள் போராட்டம் நடத்திக் கொண்டிருந்தனர்.

சமூக வலைத்தளங்களின் வாயிலாக தமிழ்நாடே கொந்தளித்துக்

கொண்டிருக்க, ஆசிரியர் மகாலட்சுமியோ எந்தவிதப் பதற்றமுமில்லாமல், அந்த மலைப்பள்ளி விடுதியில் இருந்த மாணவர்களுக்கு மாலை நேரப்பாடம் நடத்திக்கொண்டிருந்தார். பணி இடை நீக்கம் செய்யப்பட்ட நான்கு மணி நேரத்திற்குள் அந்த ஆணை ரத்து செய்யப்பட்டது. அதையும் ஒரு செய்தியாகக் கடந்துவிட்டு தன் பணியைத் தொடர்ந்து கொண்டிருந்தார் அந்த மலைராணி.

நம் ஒவ்வொருவர் மனதிலும், வாழ்விலும் மறக்கவே முடியாத மனிதர்களின் பட்டியலில் கட்டாயமாக ஒரு ஆசிரியர் இருப்பார். நம் நினைவில் நிற்கும் அந்த நல்லாசிரியர், ஏதோ ஒரு விதத்தில் நம் வாழ்வில் மாற்றத்தை ஏற்படுத்தி நம்மை அன்பால் கட்டி வைத்திருப்பார். அது போன்ற ஒரு அன்பாசிரியர்தான் மகா என்று அவரது மாணவர்களால் செல்லமாக அழைக்கப்படும் மகாலட்சுமி. 'ராட்சசி' என்ற திரைப்படத்தின் கதைக்கருவிற்கான நிஜ 'ராட்சசியான' மகா பிறந்த ஊர், திருவண்ணாமலை மாவட்டத்திலுள்ள செல்லங்குப்பம் கிராமம். தமிழகத்தின் எல்லாக் கிராமங்களைப் போலவே சாதியக் கொடுமைகளிலும் மூட நம்பிக்கையிலும் ஊறித் திளைத்த ஊர். கிராமத்துத் தெருக்களில் ஓடியாடித் திரிந்த மகாவின் ஒன்பதாவது வயதில், அம்மா ஜானகிக்கு மனநலக் குறைபாடு ஏற்பட, தந்தை கண்ணன் விழித்திறன் குறைபாட்டால் பாதிக்கப்பட்டிருந்தார். அக்கா ரமணிதான் மகாவின் இரண்டாம் அம்மாவாகி இவரை வளர்த்திருக்கிறார். மிகுந்த கஷ்டங்களுக்கிடையில் பலரின் உதவியுடன் கிறிஸ்தவப் பள்ளிகளில் பள்ளிப் படிப்பை முடித்தார். பள்ளியிறுதி வகுப்பு முடித்தவுடன் மருத்துவப் படிப்பிற்கான கனவு 3 மதிப்பெண்களில் கை விட்டுப் போக, ஆசிரியர் பயிற்சி முடித்து 2006-ல் திருவண்ணாமலை மாவட்டம், ஜவ்வாது மலை அரசவெளி, அரசு பழங்குடியினர் உண்டு உறைவிடப் பள்ளியில் இடைநிலை ஆசிரியராகப் பொறுப்பேற்று, குடும்பத்தையும் குடும்பக் கடன்களையும் 20 வயதில் சுமக்கத் தயாராகி விட்டார்.

ஆதி திராவிடக் குடும்பத்தில் பிறந்ததால், சிறு வயதிலேயே இச்சமூகத்தின் பல்வேறு நெருக்கடிகளுக்கு ஆளானவர், அவமானங்களை விழுங்கியவர், ஜாதிக் கொடுமைகளை அனுபவித்தவர். "வீட்டில் ஆம்பளப் புள்ள இல்லை என்பதால், எங்க அம்மா வாங்கிய வசவுகள் கொஞ்சம் நஞ்சமில்லை. 'கொள்ளி வைக்க ஆம்பளப் புள்ள

இல்லாதவ'ன்னு ஊரே கரிச்சுக் கொட்டும். அதனால் அம்மா, சாமியாரிடம் குறி கேட்கப் போய், அதுக்குப் பிறகு பாரதக் கதை கேட்க ஆசைப்பட்டு, ஊர் ஊராகப் போய், அதன்பின் நல்லதங்காள் கதை கேட்டு தன் மேல சாமி இருக்கிறதா நம்பி, மூளை கலங்கிப் போய் இருந்தாங்க" என்று கூறும் மகா, மூட நம்பிக்கைகளை ஒழித் தலையே தன் வகுப்பறைகளின் முதல் பாடமாக்கியிருக்கிறார்.

"மிக வறிய குடும்பம். வீடு என்ற ஒன்று இருந்தது. ஓரறை கொண்ட, ஒற்றைத் தூலம் கொண்ட, கதவு ஜன்னல் இல்லாத, சுவர்களும், திறந்த கூரையுமாய் ஒரு வனாந்திரத்தில் இருந்தது அந்த வீடு. நான்கைந்து பாத்திரங்களும், ஒன்றிரண்டு துணிமணிகளும் மட்டுமே சொத்து. ஒருவேளைக் கூழும் ஒருவேளைச் சோறும் மட்டுமே நிச்சயம். எல்லாருக்கும் அந்த வயதில் தீபாவளி, பொங்கல் போன்ற நல்ல நாளென்றால் சந்தோசமா இருக்கும். ஊரே மகிழ்ச்சி வெள்ளத்தில் கிடக்கும். ஆனால், நானும் எங்க அக்காவும் மட்டும் உயிரைக்கையில் பிடிச்சிக்கிட்டுக் கிடப்போம். நல்ல நாளுக்கு எங்கள மாதிரி ஆளுங்களுக்குக் காசு கொடுத்தாக்கூட கறி கிடைக்காது. விடியக்காலையில பக்கத்தூருக்கு அப்பா போய் காத்துக் கிடந்தா, அரைக்கிலோ கறி கிடைக்கும். கறியைச் சாப்பிட்டு, சாராயத்தைக் குடிச்சிட்டு, அப்பா எல்லார் கூடயும் சண்ட போட்டுட்டு இருக்கும். நல்ல நாளுனு ஒன்னு ஏன் வருதுனு இருக்கும். குடிச்சிட்டு வெறியேறிப் போய் வர்ற ஆம்பளங்க, எங்கம்மாவை ஒன்னும் பண்ணிடக் கூடாதுனு கண்ணசந்து தூங்காம நானும் அக்காவும் முழிச்சிட்டு இருப்போம். இதுல இயற்கை அது பங்குக்கு மழை,

காத்துன்னு எங்களை வதைக்கும். வீட்டோட மூலைல நின்னாதான் மழைத்தண்ணி கால் வரைக்கும் வராது. இந்த ஜாதி, ஆம்பளப்புள்ள, சாமியார், சாராயம், பாலியல் பிரச்சினை, வறுமை இது எல்லாம் ஒன்றுக்கொன்று தொடர்புடையது க்கா. ஒடுக்கப்பட்ட மக்களை மேலும் மேலும் ஒடுக்கறதுல இது எல்லாத்துக்கும் பங்கிருக்கு" ஒரே மூச்சில் தன் இளமைப் பருவத்தைச் சொல்லி முடிக்கிறார்.

இதுபோன்ற பல கஷ்டங்களுக்கு இடையேதான் அவர் கல்வியை முடித்தார். சொந்த ஊரான செல்லங்குப்பத்துக்கு 15 கிலோ மீட்டர் தொலைவிலேயே பழையனூரில் பணிபுரிய வாய்ப்பு இருந்தும், மலையில் பழங்குடியினப் பள்ளியை தேர்ந்தெடுத்தார். ஆசை ஆசையாய் முதல் நாள் பள்ளிக்குச் சென்றவரை, குழந்தைகள் இல்லாத வெறும் கட்டிடங்களே வரவேற்றன. பழங்குடியினக் குழந்தைகளுக்கான பள்ளி அது. அழுக்கும் குப்பையுமாக பராமரிப் பின்றிக் கிடந்தது. பள்ளிப் பதிவேட்டில் மட்டுமே மாணவர் பெயர் இருந்தது. அந்தப் பாழடைந்த கட்டிடத்தைப் பள்ளியாக மாற்ற விரும்பினார், மாற்றிக்காட்டினார். குழந்தைகள் இல்லாத வகுப்பறைகளாக, நிசப்தமாகக் காட்சியளித்த அந்தக் கட்டிடம், இன்று மாணவர்களால் நிரம்பி வழிகிறது. வனத்திலிருக்கும் பறவை களின் இனிய கானங்களைப் போல, குழந்தைகளின் குரல் ஜவ்வாது மலைகளில் எதிரொலிக்கிறது. அவர் பணியேற்ற ஆரம்பப்பள்ளி, இன்று உயர்நிலைப் பள்ளியாக மாற்றம் பெற்றுள்ளது. தமிழ்நாட்டின் பெரும்பான்மை அரசுப் பள்ளிகளைப் பொதுமக்கள் கைவிட்டிருக்க, இவருக்கு மட்டும் எப்படி இது சாத்தியமாயிற்று?

அந்த மலைப் பகுதியிலிருக்கும் தொண்ணூறுக்கும் மேற்பட்ட கிராமங்களில் வசிக்கும் மக்களுக்கு சரியான வேலைவாய்ப்போ, நிலையான வருமானமோ இல்லை. அதனால் அந்த மலைப்பகுதி மக்கள், வருடத்திற்கு நான்கு மாதங்கள் கேரளத் தோட்டங்களில் வேலை பார்க்கச் செல்லும்போது, தங்கள் குழந்தைகளையும் அழைத்துச் சென்று விடுவார்கள் என்பதால், குழந்தைகள் பள்ளிக்குச் சரியாக வருவதில்லை. தான் பணியேற்ற முதல்நாளே பள்ளி வருகைப் பதிவேட்டில் வெறும் பெயர்களாய் இருந்த அந்தக் குழந்தைகளைத் தேடிப் புறப்பட்டார் மகா. வீடு வீடாகச் சென்றார், கிராமம் கிராமமாக அலைந்தார். மலை மலையாகத் தேடி ஓடினார்.

பெற்றோரிடம் பேசினார், அழுதார், மிரட்டினார், வாக்குறுதி கொடுத்தார், ஒவ்வொரு குழந்தையாகப் பள்ளிக்குள் கொண்டு வந்தார். அவர்களிடம் அக்கறை எடுத்துக் கொண்டார். அது உறைவிடப் பள்ளியாகையால், தானே குழந்தைகளைக் குளிப் பாட்டினார், தானே சமைத்தார், தானே முடிவெட்டினார். அந்தக் குழந்தைகளின் அம்மாவாகவே மாறிப்போனார்.

'என்னை பள்ளிக்கூடம் போகச் சொன்னா செத்துடுவேன்' என பயமுறுத்தும் பிள்ளைகளையும், 'ப்ளீஸ் ஒரு நாள் மட்டும் விட்டுடு' எனக் கெஞ்சிவிட்டு காட்டுக்குள் தப்பி ஓடும் பிள்ளைகளையும், 'பூப்பறிக்கப் போகணும்', 'பருத்தி பிடுங்கப் போகணும்' என ஓடி ஒளியும் பிள்ளைகளையும், 12 வயதிலும் 14 வயதிலும் குழந்தைத் திருமணம் முடிக்க வற்புறுத்தும் பெற்றோர்களையும், சுமங்கலித் திட்டம் என்ற பெயரில் ஒப்பந்தக் கூலிகளாகப் பெண் குழந்தைகளை அள்ளிச் செல்லும் ஏஜென்ட்களிடமிருந்து காப்பாற்றியும் குழந்தை களைப் பள்ளிக்குள் கொண்டு வந்தார். ஒரு வருடக் கடின உழைப் பிற்குப் பின்னர், அந்தப் பள்ளி மாணவர்களின் எண்ணிக்கை 90 ஆகி இருந்தது. ஆனால், அந்த எண்ணிக்கையைக் கொண்டு வருவது அத்தனை எளிதாக இருக்கவில்லை, சக ஆசிரியர்களின் எதிர்ப்பைச் சம்பாதிக்க வேண்டி இருந்தது. பெற்றோர்களிடம் போராட வேண்டி இருந்தது. குழந்தைகளிடம் கெஞ்ச வேண்டி இருந்தது. வேலைக்குக் குழந்தைகளைப் பிடித்துப் போகும் ஏஜென்ட்களை மிரட்ட வேண்டி இருந்தது. இன்று (2021) அந்தக் குழந்தைகளின் எண்ணிக்கை 510 ஆக உயர்ந்திருக்கிறது என்றால், அதற்கு ஒரே காரணம் மகாலட்சுமி மட்டுமே என்பதில் எந்த மிகைப்படுத்தலும் இல்லை.

அத்தனையும் சரி செய்து, பிள்ளைகளைப் பள்ளிக்குள் கொண்டு வந்தால், உண்டு உறைவிடப் பள்ளிகளில் புரையோடிப் போய்க் கிடக்கும் ஊழல்கள் இவரைப் பார்த்து எள்ளி நகையாடுகின்றன. வெளியில் போராடியதைவிட உள்ளுக்குள் அதிகமாகப் போராட வேண்டி இருக்கிறது. அரசு குழந்தைகளுக்குக் கொடுப்பதை, திருடும் கும்பல்களிடமிருந்து காப்பாற்றி, முறையாய் பிள்ளை களுக்குக் கொண்டுபோய்ச் சேர்ப்பதற்கு நிறைய போராட வேண்டி யிருந்தது. சக ஆசிரியர்களின் ஏளனப் பேச்சு, அதிகாரிகளின் மிரட்டல்கள், அசிங்கமான வசவுகள், பெட்டிஷன்கள்,

விசாரணைகள், 50 கிலோ மீட்டர் தூரத்தில் மாற்றுப் பணி, இந்த வரிசையில் கடைசியாக வந்ததுதான் பணியிடை நீக்க ஆணை.

"இங்கு சோறு கேட்டால் குற்றம், கல்வி கேட்டால் குற்றம், கட்டிடம் கேட்டால் குற்றம். ஆனால், என் பிள்ளைகளுக்காக இந்தக் குற்றங்களை எத்தனை முறை செய்யவும் நான் தயாராக இருக்கிறேன்" என்று சொல்லும் மகா, குழந்தைகளுக்கு சரியான உணவு கிடைக்க வேண்டும் என்பதற்காகத் தொடர்ந்து போராடுகிறார். "2021 அக்டோபரில், தேசம் முழுக்க எடுக்கப்பட்ட தரவுகள், 33 இலட்சத்து 23 ஆயிரத்து 322 குழந்தைகள் ஊட்டச்சத்துக் குறைபாட்டால் பாதிக்கப்பட்டுள்ளனர் என்கின்றன. குழந்தைகளுக்கு அடிப்படைக் கணக்கு தெரியல, வாசிக்கத் தெரியல, எழுதத் தெரியல என்றெல்லாம் புள்ளிவிபரக் கணக்குக் கொடுக்கும் அதிகாரிகள், ஏன் இதில் கவனம் செலுத்துவதில்லை? கருவிலிருந்து துவங்கி குழந்தைக்குக் கிடைக்கும் ஊட்டச்சத்திற்கும், அவர்களின் கல்வி கற்கும் திறனிற்கும் தொடர்பிருக்கிறது என்பது அவர்கள் அறியாததா? பழங்குடியினக் குழந்தைகள் கல்வியில் பின்தங்க இதுவே காரணம். நல் உணவு மறுக்கப்படுதலும் மனித உரிமை மீறலே என்பதை எப்போது புரிந்து கொள்ளப் போகிறோம்?" சாட்டையால் வீசும் மகாவின் கேள்விகளுக்கு எங்கிருந்து பதில் கிடைக்கும்?

அரசு 5-ஆம் வகுப்பிற்கும், எட்டாம் வகுப்பிற்கும் பொதுத் தேர்வு கட்டாயம் எனக் கூறியபோது, குழந்தைகளுக்காக பள்ளிக்குள்

உண்ணாவிரதம் இருக்கத் துவங்கினார். அவர்களோடு மாணவர்களும் இணைந்துகொள்ள, அரசின் கவனம் இவர்களை நோக்கித் திரும்பியது. குரலற்ற மலைவாழ் குழந்தைகளின் குரலை சமூகத்தில் பதிவு செய்தார். "பல்வேறு சிரமங்களுக்கிடையேதான், காட்டையும் காட்டாற்று வெள்ளங்களையும் கடந்துதான் இந்தக் குழந்தைகளைப் பள்ளிக்குள் இழுத்து வந்திருக்கிறோம். அவர்களை மீண்டும் காட்டுக்குள் அனுப்பும் செயலே இந்தத் தேர்வுப் பூச்சாண்டிகள்" என்று மகா கூறுவது 100 சதம் உண்மைதான்.

சீனப் புரட்சிக்குப் பின்னர், ஒவ்வொரு குடிமகனும் கல்வி கற்க வேண்டும் என்று மாவோ விரும்பினார். அதனால், ஆசிரியர்களை தொலைதூர மலைப் பகுதிகளுக்கு அனுப்பினார். ஆசிரியர்கள், கடும் சிரமங்களுக்கிடையே நடந்தே அந்த இடங்களுக்குச் சென்று கற்பித்தனர். அதுபோல், காடோ மலையோ, இங்கு பிறந்த ஒவ்வொரு குழந்தைக்கும் கல்வி கற்கும் உரிமையுள்ளது. எந்த ஒரு

குழந்தையும் விடுபட்டு விடாமல் கல்வி கொடுக்க வேண்டியது அரசின் கடமை மட்டுமல்ல; ஆசிரியரின் கடமையும்கூட. அதனால் தான் மகா, பருத்தித் தோட்டங்களுக்கும் திருப்பூர் மில்களுக்கும் கொத்தடிமைகளாகச் செல்லும் குழந்தைகளை, அந்தப் பண அரக்கர் களிடமிருந்து மீட்டெடுக்கத் தனது உயிரைப் பணயம் வைத்துப் பணியாற்றிக் கொண்டிருக்கிறார். காவல் நிலையத்திற்கும் குழந்தைகள் பாதுகாப்பு நல ஆணையத்துக்கும் ஓடுகிறார். மாணவர்களின் உரிமைகளை, கல்வித் தேவைகளை நிறைவேற்றுவதற்காக, மனுக்களைத் தூக்கிக்கொண்டு அரசு அலுவலகங்களில் அலைகிறார். தன்னார்வலர்களைத் தேடிச் செல்கிறார். மருத்துவ வசதியில்லாத, போக்குவரத்து வசதியில்லாத மலைப்பகுதிகளில், நடுக் காட்டுப் பகுதிகளில் தோள் மீதும், கொம்பு கட்டியும் நோயாளிகளையும் கர்ப்பிணிப் பெண்களையும் தூக்கிச் செல்வதும், நடு வழியில் குழந்தை பெறுவதும், இறப்பதும் சகஜமாகிவிட்ட சூழலை மாற்ற காட்டுக்குள்ளிருந்து ஒரு மருத்துவனாவது உருவாகிவிட மாட்டானா எனப் பரிதவிக்கிறார்.

உணவு, தண்ணீர்ப் பிரச்சினை, போக்குவரத்து, பள்ளி, ஆசிரியர், ஜாதி, குழந்தைத் தொழிலாளர், குழந்தைத் திருமணம் இப்படி எல்லாமே பிரச்சினையாகிக் கிடக்கும் மலை கிராமங்களில் அத்தனையும் தாண்டித்தான், குழந்தைகளைப் பள்ளிக்கு அழைத்து வர வேண்டியிருக்கிறது. அப்படி வரும் குழந்தைகளைத் தக்க வைப்பதற்காக, கதை, பாடல், நடனம் என்று கற்றலை மகிழ்ச்சியாக்கிக் கொண்டிருக்கிறார். இவரைச்சுற்றி எப்போதும் பட்டாம் பூச்சிகளாய்க் குழந்தைகள் சுற்றிக்கொண்டே இருக்கிறார்கள். “மகா, மகா” என்றே இவரது பிள்ளைகள் இவரை உரிமையாக அழைக்கிறார்கள். இவரது பள்ளியில் குழந்தைகளுக்கு முழுச் சுதந்திரம் உண்டு. அவர் களுக்கான உரிமைகள் குறித்துக் கற்பிக்கிறார். சுகாதாரம், சட்டம், நேர்மை, பாலினச் சமத்துவம் என்று பாடப்புத்தகத்தில் இல்லாத, ஆனால் ஒரு மனிதனுக்குத் தேவையான அனைத்தையும் கற்றுத் தருகிறார். கைவினைப் பொருள்கள், பாரம்பரியக் கலைகள். குழந்தைகளுக்குத் தேவையான உடைகள், கட்டடங்கள், உயர்கல்வி அனைத்தையும் தனது நண்பர்கள் மூலமும் தன்னார்வ அமைப்பு களிடமிருந்தும் பெற்றுத் தருகிறார். அந்த வனம் தாண்டி வெளி யுலகம் அறிந்திராத குழந்தைகளை, சுற்றுலா அழைத்துச் சென்று

அவர்களின் ஆசையை நிறைவேற்றுகிறார். உயர்கல்விக்காக, நடிகர் சூர்யா சிவக்குமாரின் அகரம் பவுண்டேஷனின் உதவியைப் பற்றியிருக்கிறார். இதுவரை பதினைந்திற்கும் அதிகமான பழங்குடியின மாணவர்களின் உயர்கல்விப் பொறுப்பை அகரம் பவுண்டேஷன் ஏற்றுக்கொண்டுள்ளது.

"அக்கா, நான் கடந்து வந்த எனது ஒடுக்கப்பட்ட வாழ்க்கையின் நீட்சியாகத்தான் இவர்களது வாழ்க்கையையும் பார்க்கிறேன். இங்கு, சட்டமும் உரிமையும் அவரவர் சார்ந்திருக்கும் சமூகத்தைப் பொறுத்தே வழங்கப்படுகிறது. நீதியையும் அறத்தையும் நம்பும் எளியவர்கள் பாதிக்கப்பட்டுக்கொண்டே தான் இருக்கிறார்கள். நாங்கள் உங்களிலும் வித்தியாசப்பட்டவர்கள். சமவெளிப் பகுதியில் இருக்கும் உங்களுக்கு, தொல்குடிகளை அவர்களின் வேர்களிலிருந்து பிடுங்கி இடம் மாற்றுவதும், அவர்களை வெறும் வாக்குச்சீட்டுப் பெயர்களாகப் பார்ப்பதுவுமான இந்த மலையின மக்களின் வாழ்வியல் வலி ஒருபோதும் புரியாது. இவர்களின் குரல் உங்களின் காதுகளுக்கு ஒருபோதும் எட்டாது. என்னைப்போன்று ஒடுக்கப்பட்டுக் கிடப்பவர்களைக் கல்வியின்மூலம் மட்டுமே அடுத்த படி நிலைக்கு நகர்த்த முடியும் என நம்புகிறேன். அதற்காகவே

உழைக்கிறேன்" என்று முடிக்கும் மகா, அவரது குழந்தைகளின் மனதில் விஸ்வரூபம் எடுத்து நிற்பதற்கான காரணத்தை உணரமுடிகிறது.

'மதம் மனிதனை மிருகமாக்கும், சாதி மனிதனைச் சாக்கடை யாக்கும்' என்ற பெரியாரையும், 'நீ கற்ற கல்வி உன் சமூக விடுதலைக் காகப் பயன்பட வேண்டும்' என்ற அம்பேத்கரையும் தன் நெடும் பயணத்திற்காகக் கைப்பிடித்து நடக்கும் மகா, தனது பேரன்பால் ஆயிரக்கணக்கான மாணவர்களின் மனதில் சாதி மறுப்பை விதைத்து வருகிறார். குழந்தைகளின் கள்ளங்கபடமற்ற முத்தங்களால் நிறைந்து கொண்டே இருக்கின்றன இவரது கன்னங்கள். "அவர்களன்றி என்னை வாரி அணைத்துக்கொள்ள யாராலும் முடியாது. நான் அவர்களிடம் நம்பிக்கையை விதைத்திருக்கிறேன். இன்னும் நம்பிக்கையாக நான் செயலாற்ற இவர்களே என்னை இழுத்துக்கொண்டு செல்கிறார்கள். உண்மையில் இவர்கள்தான் எனக்கு ஆசிரியர்" என்கிறார் எளிமையாக.

'காடுகள் அழகானவை, இருண்டவை, ஆழமானவை. ஆனால் காப்பாற்ற வேண்டிய வாக்குறுதிகள் காத்திருக்கின்றன. நான் உறங்குவதற்கு முன் நெடுந்தூரம் பயணிக்க வேண்டும்' என்ற அமெரிக்கக் கவிஞன் ராபர்ட் ப்ரோஸ்ட்டின் வார்த்தைகளுக்கேற்ப, ஒடுக்கப்பட்டவர்களின் பேராயுதமான கல்வியை அவர்களிடம் கொண்டுசேர்க்க, இருண்ட வனங்களுக்குள்ளும், உயர்ந்த மலைகளுக் குள்ளும் ஊடாடி அலைந்து கொண்டிருக்கும் இந்த மலைகளின் நாயகி மகாலட்சுமியின் விழுதுகள் அந்த மலைகளெங்கும் பரவட்டும்.

தொடர்ந்து பயணிப்போம், வேர்களைத் தேடி...

வீழ்த்த வீழ்த்த எழுவோம்

“டீச்சர், போலீஸ் ஸ்டேஷன் போகணும், துணைக்கு வருவீங்களா?” விசும்பல் ஒலிக்கிடையே கேள்வியிலேயே அதிரவைத்தார் ஆசிரியத் தோழி ஒருவர். தூக்கத்திலேயே அலைபேசியை எடுத்துக் காதில் வைத்தவள் உலுக்கிப் போட்டாற்போல எழுந்து உட்கார்ந்தேன். “போலீஸ் ஸ்டேஷன் போனாலே குடும்ப மானம் போயிடும், நல்ல குடும்பத்துப் பொம்பளங்க (?) ஸ்டேஷன் போவாங்களா?” என்று பொதுச்சமூகம் நினைக்கிற ஒரு சிறிய வட்டத்துக்குள்தான் நாங்கள் இருவருமே வசிக்கிறோம். அப்படி இருக்கும்போது ‘போலீஸ் ஸ்டேஷன் போகணும்னா ஏதோ பெரிய விஷயமாகத்தான் இருக்கணும்’ என விசாரித்தால், அழுகையூடே சொல்கிறார். “பத்தாம் வகுப்புப் படிக்கும் மகள் திவ்யாவிற்கு, என் கணவர் திருமண ஏற்பாடுகள் செய்கிறார். நான் எவ்வளவு வாதாடியும் கேட்காமல் மாப்பிள்ளை வீட்டாரை வரச்சொல்ல, அவர்களும் திருமணத்திற்கு ஒத்துக்கொண்டு விட்டனர். எனவே போலீசில் சொல்லியாவது இதைத் தடுத்து நிறுத்தணும். எங்கூட துணைக்கு வாங்க” என மேலும் மேலும் அணுகுண்டுகளை வீசினார்.

கணவன், மனைவி இருவரும் படித்தவர்கள். தோழி அரசுப்பள்ளி ஆசிரியர். கணவர் தொழிலதிபர். குடும்ப நண்பர்கள் என்பதால்,

அவரிடமே பேசினேன். "புள்ள படிச்சாலும் வேலைக்கு அனுப்ப மாட்டேன், அடுத்து இன்னொரு பொம்பளப் புள்ள இருக்கா. சீக்கிரம் முடிச்சு விட்டா நல்லதுதானே. நல்ல சம்பந்தம், ஏன் விடணும்?" என்றே பேசிக்கொண்டிருந்தார். அறியாமையில் இருப்பவர்களிடம் எளிதில் பேசிப் புரிய வைக்கலாம். தான் செய்வதுதான் சரி என்று உறுதியாக நம்புபவரிடம் பேசிப் புரிய வைப்பது இமாலயக் கஷ்டம். ஆனாலும் பேசி, சண்டையிட்டு, திவ்யாவை விட்டே போலீஸ் ஸ்டேஷன் போகப் போவதாகப் பேசச் சொல்லி மிரட்டி, மாப்பிள்ளை வீட்டாரிடம், குழந்தைத் திருமணம் கிரிமினல் குற்றம் எனப் பேசி திருமணத்தை நிறுத்தி விட்டோம். இது போல ஆசிரிய வாழ்வில் நிறையப் பார்த்தாகி விட்டது. ஆரம்ப நாட்களில் பல குழந்தைத் திருமணங்களைத் தடுக்க முடியாமலே போய், குற்ற உணர்வால் குன்றிப்போய் இருக்கிறேன். யூனிசெஃப்-ன் **2015 - 2016** அறிக்கை, இந்தியாவில் நடைபெறும் திருமணங்களில் **27** சதவீதம் குழந்தைத் திருமணங்கள் என்கிறது. தெற்கு ஆசியாவில், குழந்தைத் திருமணங்கள் நடைபெறும் நாடுகளின் பட்டியலில் இந்தியா முதலிடத்தில் இருப்பதாகக் கூறுகிறார் யூனிசெஃப்பின் குழந்தைகள் பாதுகாப்புப் பிரிவின் தலைவர் ஜாவியர் ஆங்கிலர். சமீபமாக கொரோனா பெருந்தொற்று நமக்கு அளித்த கொடூரப் பரிசுகளுள், இந்தியா முழுவதும் சடசடவென அதிகரித்த குழந்தைத் திருமணங்களும் ஒன்று.

குழந்தைத் திருமணங்கள், மறுக்கப்படும் பெண்கல்வி, குடும்ப பாரங்கள், பணிபுரியும் இடத்தில் பெண்களுக்குக் கொடுக்கப்படும் அழுத்தங்கள் என, பெண்களுக்கான பிரச்சினைகளைக் கேட்கும் போதும், அது தொடர்பாக இயங்கும்போதும் ஒன்றைப் புரிந்து கொண்டேன். இது போன்ற பிரச்சினைகளை, சாமான்யப் பெண்கள் மட்டுமல்ல, படித்த, வலுவான பொருளாதார நிலையில் உள்ள பெண் களும் எதிர்கொள்ள வேண்டியுள்ளது. அப்படி, ஒரு அரச வம்சத்தில் பிறந்து, தன் வாழ்வின் ஒவ்வொரு கட்டத்திலும் போராட்டங்களை எதிர்கொண்டு, ஆனால் அத்தனையும் கடந்து, பெண்களின் உணர்வில், வாழ்வில் மாற்றத்தை ஏற்படுத்தத் தன் வாழ்வின் பெரும்பான்மைப் பொழுதுகளைக் கழித்து, உலகையே வலம் வந்த ஒரு பெண்ணின் வாழ்க்கை இது. பெண்ணியச் செயல்பாடுகளில் கண் முன் உதாரணமாக, எனக்கு குருவாக, வழிகாட்டியாக இருப்பவர்.

சசி பாலா சிங். பெயருக்கேற்றபடி கம்பீரமான தோற்றம். இந்தியாவில் மத்திய பிரதேசத்தின் ஜபல்புர் மாவட்டத்திலுள்ள பிலோடா என்ற சின்னஞ்சிறு கிராமத்தில், 1957-ல் ராஜபுத்திர வம்சத்தைச் சேர்ந்த குடும்பத்தில் பிறந்தவர். மூன்று சகோதரிகள், ஐந்து சகோதரர்கள் எனப் பெரிய குடும்பம். தந்தை கோகுல் பிரசாத் தாகூர், அந்தக் கிராமத்தின் மிக முக்கிய நபர். தாய் கௌசல்யா தேவி அன்றைய சமூகம் வரைந்து வைத்திருந்த 'பெண்' என்ற இலக்கணத் திற்கு உதாரணமாய்த் திகழக்கூடிய பழைமை மாறாப் பெண்மணி. மிகக்கடுமையான கலாச்சாரக் கட்டுப்பாடுகளைக் கடைபிடிக்கக் கூடிய சமூகம். இவரது சகோதரி கிருஷ்ணாராணிக்கு 14 வயதில் திருமணம். அன்றைய காலக்கட்டத்தில் (1959) குழந்தைத் திருமணம் என்பது இந்தியச் சமூகத்தில், அதுவும் ராஜபுத்திரக் குடும்பங்களில் மிக சகஜமான ஒன்றுதான். அடுத்த ஆண்டில் ஆண்குழந்தை, அதற்கடுத்த ஆறு மாதத்தில் கணவரின் அகால மரணம் என மொத்தக் குடும்ப வாழ்க்கை ஒன்றரை வருடத்தில் முடிந்தது.

ராஜபுத்திரக் குடும்பத்தின் திருமணமான பெண்களை எளிதில் நாம் அடையாளம் கண்டுவிடலாம். நெற்றிலிருந்து உச்சி வரை செந்தூரமும், முழங்கை வரையிலான வளையல்களும், கண்ணைக் கவரும் நிறத்திலான ஆடைகளும், கழுத்து நிறைய நகைகளுமாக, ஒரு அழகிய பொம்மை போலவே நாள் முழுக்க இருப்பார்கள். அதே நேரத்தில் எந்த வயதில் கணவன் இறந்தாலும், இதற்குத் தலைகீழாக அவளின் நிலை மாறும். 16 வயதுகூட நிரம்பாத இவரது அக்காவுக்கும் அதே நடந்தது. குடும்ப நிகழ்வுகளிலிருந்து ஒதுக்கப்பட்டு, வீட்டின் மூலையில் முடக்கப்பட்டதைப் பார்க்கப் பொறுக்காத தாய், தன் பிள்ளைக்கு மறுக்கப்பட்ட எதுவும் தனக்கும் தேவையில்லை என அத்தனை அலங்காரங்களையும் ஒதுக்கி வைத்து, "சுமங்கலியான பெண் இப்படி இருக்கலாமா?" என்ற கிராமத்தின் ஏச்சுக்களூடே வாழ்ந்தார்.

அந்தச் சூழலில்தான் பெரிய அண்ணன் ஸ்ரீ விஜய் சிங் தாகூர், படிப்பிற்காக வெளியூர் செல்கிறார். அந்தக் குடும்பத்தின் முதல் பட்டதாரியான அவருக்கு, அந்தக் கல்வி கொடுத்த சிந்தனையின் விளைவால்தான் தனது வாழ்வில் மாற்றம் ஏற்பட்டது என்கிறார் சசி. அன்றைய சமூகத்தில், கணவர் இறந்து விட்டால், கணவருக்குத் தம்பி

இருந்தால், அவருடன் சேர்ந்து வாழும் வழக்கம் இருந்திருக்கிறது. அதாவது, மறுமணம் செய்யாமல், தன்னிச்சையாகச் சேர்ந்து வாழலாம் என்று நடைமுறையில் இருந்த முறையற்ற வழக்கத்திற்கு ஒத்துக் கொள்ளாமல் இவரது சகோதரி எதிர்ப்புத் தெரிவிக்க, இவரது தந்தை தன் மகளைத் திருப்பி அழைத்து வந்து விடுகிறார். அந்தச் சமயத்தில் இவரது அத்தை (அப்பாவின் தங்கை), 13 வயதில் விதவையாகி அவரும் இந்தக் குடும்பத்தில் வந்து சேர்ந்து விட்டார். இப்போது இரண்டு குழந்தை விதவைகளுடன் அந்தக் குடும்பத்தில் நான்கு பெண் பிள்ளைகள் வீட்டில் இருக்க, சசிக்கு வயது ஒன்பது, நான்காவது படித்துக் கொண்டிருக்கிறார். அவருக்கும் திருமண ஏற்பாடுகள் நடக்கிறது. “அன்றைக்கு கிராமத்தில் பள்ளிகளே கிடையாது, 4 கிலோமீட்டர் தொலைவிலிருக்கும் பள்ளிக்குச் செல்ல வேண்டுமானால், வாகனம் கிடையாது, நடந்தேதான் போகணும். அப்படியே பள்ளிக்குப் போனாலும் அங்கு ஆண் ஆசிரியர்கள் மட்டுமே. அதனால், தினமும் எட்டு கிலோமீட்டர் நடந்து பள்ளிக்குச் செல்வதில் எங்களுக்கு விருப்பம் இருந்ததில்லை. அதேசமயம், திருமண வீட்டிற்குச் செல்வதென்றால் அவ்வளவு குஷி. விதவிதமாக ஆடை அணியலாம். 4, 5 நாட்கள் திருமண விருந்து நிகழ்ச்சிகள் நடக்கும். ஆடல், பாடல், விருந்து என்று ஒரே அமர்க்களமாக இருக்கும். அதனால், வண்ண வண்ண ஆடைகளும், நகைகளும், அலங்காரமும், இனிப்பும், நினைவுக்கு வந்து, 9 வயதில் எனக்குத் திருமணம் என்பது மகிழ்ச்சியையே தந்தது” என்கிற அவரது வார்த்தைகளில் எந்தச் சலனமும் இல்லை.

அந்தச் சமயத்தில் அவரது அண்ணன், தன் தங்கைக்காகப் போராடுகிறார். கல்வி அவரது பார்வையை, சிந்தனையை விசால மாக்கி இருந்தது. குழந்தைத் திருமணம் வேண்டாம் என்பதைப் பெரியவர்களுக்குப் புரியும்படி எடுத்துச் சொல்கிறார், வெளியுலகம் கண்ட அந்த அண்ணன். ஏற்கனவே மூத்த பெண்ணின் வாழ்க்கை யால் நொந்து போயிருந்த பெற்றோரும் கொஞ்சம் யோசிக்கத் தொடங்கினர். இப்படியாக, சசியின் குழந்தைத் திருமணம் அவரது அண்ணனின் முயற்சியால் தற்காலிகமாகத் தள்ளிப்போனது. அந்தத் திருமணம் மட்டும் நடந்திருந்தால், தனது கல்வியால் பெண் சமூகத்தின் மாற்றத்திற்காகக் கடுமையாக உழைத்த ஒரு போராளியை இந்தச் சமூகம் இழந்திருக்கும்.

சசி ஐந்தாம் வகுப்பு முடித்தவுடன், அவரது படிப்பிற்காக, அருகிலிருந்த ஜபல்புர் நகரத்திற்குச் சென்றது அந்தக் குடும்பம். சசியும் பள்ளியிறுதி வகுப்பை முடித்து பி.எஸ்சி. (பாட்டனி) முடித்தார். 19-வது வயதில் திருமணம். திருமணத்திற்குப் பிறகு, கணவர் அபயந்தர் குமார் சிங் ஒத்துழைப்புடன் எம்.எஸ்சி, பி.எட். படித்திருக்கிறார். ஆறு சகோதரர்கள் கொண்ட அந்தக் கூட்டுக் குடும்பத்தில், பிறந்த வீட்டைவிட நிறைய கட்டுப்பாடுகள், சாஸ்திர சம்பிரதாயங்கள், கலாச்சார அழுத்தங்கள் என மூச்சு முட்டியது. இன்ஜினியர், ஐ.ஐ.டி. ப்ரொஃபெசர் என, படிப்பாளிகள் கொண்ட குடும்பம். ஆனாலும் சிந்தனையோ பல நூற்றாண்டுகள் பின்னோக்கி இருந்தது. பெண் என்பவள் இப்படித்தான் இருக்க வேண்டும், 24 மணி நேரமும் சேலை கட்டு, குனிந்து நட, முக்காடு போட்டுக்கொள், நிமிர்ந்து நடக்காதே, ஆண்களிடம் அதிர்ந்து பேசாதே, வேலைக்குப் போகாதே. அப்பப்பப்பா, தங்கக் கூட்டிற்குள் சிறைக் கைதிகளாக இருந்தனர் அந்தப் பெரிய கூட்டுக் குடும்பத்துப் பெண்கள் அனைவரும். அதை அவர்கள் சந்தோஷமாகவே ஏற்றுக்கொண்டது போலவே இருந்தது.

சசி மட்டும் அந்தக் கூட்டத்தில் தனித்து நின்றார். அவரது கல்வியும் கல்லூரியும் அவருக்குள் நிறைய மாற்றங்களை ஏற்படுத்தி இருந்தன. சிந்தனைகள் மாறி இருந்தன. அந்தச் சின்னஞ்சிறு கிராமத்தில் ஒன்றுமறியாத 9 வயதுப் பெண் குழந்தையாக, கல்வியை விட திருமணத்திற்கு ஆசைபட்ட சசி இல்லை இவர். காலம் காலமாக, உறுத்தும் ஆடையுடனும் அழுத்தும் நகையுடனும் தலைகுனிந்தே சுருங்கிப்போன தோள்களுடனும் ஆண்களை நிமிர்ந்து பார்க்கவே பயந்த அவரது சமுதாயப் பெண்களின் நிலை கண்டு மனம் வருந்தினார், கொதித்தெழுந்தார். இதுதான் கல்வி ஒரு பெண்ணின் சிந்தனையில் ஏற்படுத்தும் முதல் மாற்றம். அதனால்தானே, பெண்ணுக்குக் கல்வி கிடைத்துவிடக்கூடாது என்பதில் சமூகம் கவனமாக இருந்தது?

கணவர் பொறியாளர், அரசுப் பணி என்பதால், வெவ்வேறு இடங்களில் பணி. இவர் மட்டும் டில்லியில் கூட்டுக் குடும்பத்தில். மனம் அரித்தது. "இப்படியே போய்விடுமோ வாழ்க்கை?" எதற்கும் பயன்படாமல், நகைக்கடை ஸ்டேண்ட் போல நகை மாட்டி,

வண்ண வண்ண உடை அணிந்து, விதவிதமாய் உணவு சமைத்து, போலியாய்ச் சிரித்து, வீட்டாருக்குப் பணிவிடை செய்து. என்ன வாழ்க்கை இது? என் கல்வி எதற்கும் பயன்படாமலே போகப் போகிறதா? மனம் புழுங்கினார். கணவர் தன் வேலையின் பொருட்டுப் பல்வேறு இடங்களுக்கும் பயணப்பட்டிருந்ததால், 'பெண்கள் வேலைக்குச் செல்வதில் தவறென்ன?' எனச் சிந்திக்க ஆரம்பித்தார். கணவரின் ஒத்துழைப்பு கிடைத்ததும் சந்தோஷமாக வேலை வாய்ப்பைத் தேட, முதலில் கிடைத்த வேலை ஒரு ஸ்டார் ஹோட்டலில் ரிஷப்ஷனிஷ்ட். இவரது நுனி நாக்கு ஆங்கிலம் அவருக்கு அந்த வேலையை வாங்கித் தந்திருந்தது. மகிழ்ச்சியோடு ஏற்றுக்கொண்டார்.

"குடும்பப் பெண் வேலைக்குப் போவதா? அதுவும் ஹோட்டலில். குடும்ப மானம் என்னாவது?" வீட்டில் அனல் பறந்தது. ஏனெனில் அந்த வீட்டிலிருந்து வேலைக்குப்போன முதல் பெண் இவர்தான். அதனால், பலப்பல காரணங்களுடன் இவரது முயற்சிகள் தோல்வி யையே தந்து, புறப்பட்ட இடத்துக்கே வந்து கொண்டிருந்தார். முதன்முதலில் பணியேற்ற ஹோட்டல் ரிஷப்ஷனிஸ்ட் பணி, கடும் முயற்சிக்குப் பின் NTL (NATIONAL TELECOM NIGAM)ல் கிடைத்த மத்திய அரசுப்பணி, நியூ டில்லி பாலம் ஏர்போர்ட்டில் கிரவுண்ட் சூப்பர்வைசர் என, கிடைத்த பணிகளையெல்லாம் கனத்த இதயத் தோடு துறக்க நேர்ந்தது. அழுத்தும் வீட்டு வேலைகள், குடும்பத் தினரின் உதவியின்மை, பாதுகாப்பின்மை, நேரக் கட்டுப்பாடுகள், பாலூட்டும் குழந்தையை வெகு நேரம் பிரிந்திருப்பதால் ஏற்படும் உடல் உபாதைகள் என, பெண்களுக்கு மட்டுமே காரணங்கள் எப்போதும் இருக்கின்றன. அவரது அடுக்கடுக்கான வீட்டு வேலை களை விவரிக்கும்போது, எழுத்தாளர் அம்பையின் "வீட்டின் மூலையில் ஒரு சமையலறை" சிறுகதையும் அதில், சமையலறை யிலேயே தங்கள் வாழ்நாளை சந்தோஷமாகக் கழிக்கும் பெண்களின் நினைவு வருவதையும் தடுக்க முடியவில்லை.

"பெண்களுக்கு மட்டும்தானே பணிபுரிவதற்குக் கட்டுப்பாடுகள் வரையறுக்கப்படுகின்றன? எந்த ஆணும் நேரத்தைக் காரணம் காட்டியோ, பாதுகாப்பைக் காரணம் காட்டியோ, குழந்தை வளர்ப்பைக் காரணம் காட்டியோ, பணியைத் துறப்பதில்லையே

ரமா?" என்று கேட்பவரின் வார்த்தைகளில் இருக்கும் உண்மை சுடுகிறது. கனக்கும் இதயத்தோடு ஒவ்வொரு முறையும் ராஜினாமா கடிதம் கொடுப்பார். இந்தியச் சமூகங்களில் பெண்களுக்கான கல்வி வாய்ப்பும், வேலை வாய்ப்பும் மிகமிகக் குறைவே. அசிம் பிரேம்ஜி பல்கலைக்கழக ஆராய்ச்சியாளர்கள் சமீபத்தில் வெளியிட்ட தரவு, முறையான வேலைக்குச் செல்லும் பெண்கள், நகர்ப்புறங்களில் 14 சதவீதம் எனவும், கிராமப் புறங்களில் 18 சதவீதம் எனவும் கூறி, "பெண்கள் எல்லாத் துறையிலும் பணிக்கு வந்துவிட்டனர். அவர்களால் ஆண்களின் வேலைவாய்ப்பு பறி போகிறது" எனக் கூச்சலிடுவோரின் போலி முகத்திரையைக் கிழிக்கிறது.

மிகுந்த நெருக்கடிகளுக்கு இடையில் சென்று கொண்டிருந்த வாழ்க்கையில், கணவர் குழந்தைகளுடன் கர்நாடகாவில் மங்களூர் அருகே, குதிரை முகம் என்ற இடத்தில் ஒரு வருடமும், காஷ்மீரில் ஒரு வருடமும் கழித்த நாட்களே மகிழ்வைத் தந்த நாட்கள் எனக் குறிப்பிடுகிறார். காஷ்மீரில் இருந்த நாட்களிலும், ஆசிரியராக வேலை பார்த்துக் கொண்டே உருது, அராபிய மொழிகளைக் கற்றிருக்கிறார். கணவர் ஈராக், சவுதி அரேபியா என மாற்றலாகிக்கொண்டே இருக்க, அந்த நேரத்தில் டில்லி முனிசிபாலிடியில் (MCD - Municipal Corporation of Delhi) நடந்த ஆசிரியர் பணிக்கான நேர்முகத் தேர்வில் வெற்றிபெற்றுப் பணியேற்கிறார். தனது முதல் அரசுப்பள்ளி அனுபவம் குறித்துக் கூறும்போது நெகிழ்கிறார்.

"உண்மையில் ரமா, எனக்கு மிகப்பெரிய அதிர்ச்சியாக இருந்தது. 2 வருடம் கட்டாயம் கிராமப்புறங்களில் பணியாற்ற வேண்டும் என்ற ஒப்பந்தத்தின் அடிப்படையில்தான், 1984-ல் பணியை ஏற்றேன். ஆனால் அது வேறு ஒரு உலகமாக இருந்தது. மிக மிக வறிய குடும்பத்துக் குழந்தைகள், எந்தக் கட்டமைப்பு வசதிகளும் இல்லாத பள்ளிக்கூடம், ஒரு அறையில் 120 முதல் 150 குழந்தைகள், அறைகுறை ஆடையுடன் அல்லது ஆடையின்றியே தரையில் உருண்டு வகுப்பிற்குள்ளேயே சிறுநீர் கழிக்கும் குழந்தைகள், எந் நேரமும் துர்வாடையுடன் வகுப்பறைகள், வயதான ஆசிரியர்கள், வகுப்பிற்குள் மேஜைமீது கால் போட்டுக்கொண்டும், பீடி குடித்துக் கொண்டும், மாணவர்களையே பீடி வாங்கி வரச் சொல்லிக் கொண் டும், இன்னும் மது அருந்திவிட்டு பள்ளிக்கு வரும் ஆசிரியர்கள் என,

வேர்களாகும் விழுதுகள் ♦ 89

பள்ளிச் சூழல் எனக்கு உவப்பில்லாமல் இருந்தாலும், இந்த உலகில் எந்த வாய்ப்பும் கிடைக்காத குழந்தைகளின் மற்றுமொரு உலகத்தை அறிந்து கொண்டேன். என்னால் முடிந்த அளவு அந்தக் குழந்தைகளின் வாழ்க்கையில் மாற்றத்தைக் கொண்டுவரக் கடினமாக உழைத்தேன்" என்று சசி கூறும் அரசுப்பள்ளி இலக்கணங்களின் எச்சங்களை இந்தியாவின் பல மாநிலங்களில் இன்றும் நாம் ஆங்காங்கே காண முடிகிறது.

1986 ஆம் ஆண்டு டில்லி ஆசிரியர்கள் அனைவரும் இணைந்து நேபாள், லக்னோ, இன்னும் பிற மாநிலங்களுக்கு ஏற்பாடு செய்திருந்த சுற்றுலாவில் இவரும் கலந்து கொள்ள, பாட்னா சென்றபின்தான் தெரிந்தது, உண்மையில் இந்தச் சுற்றுலா 'அகில இந்திய ஆசிரியர் சங்கத்தின்' மாநாட்டில் கலந்து கொள்வதற்கான சுற்றுலா' என்பது. கிட்டத்தட்ட ஒரு லட்சம் ஆசிரியர்கள் கலந்து கொண்ட அந்த மாநாட்டில், இவரது ஆங்கிலப் புலமையை அறிந்து கொண்ட ஆசிரியர் சங்க நிர்வாகிகள், டில்லி ஆசிரியர் சங்க அலுவலகத்திற்கு வந்து உதவி செய்யுமாறு கேட்க, ஒத்துக் கொள்கிறார்.

டில்லி வந்தபின் தினமும், பள்ளி விட்டு நேராக ஆசிரியர் சங்கத்திற்குச் செல்வதும், கடிதங்கள் தயார் செய்தல், மொழிமாற்றம் செய்தல் போன்ற பணிகளைச் செய்வதுமாக அவரது தினசரி வாழ்க்கை மாறியிருந்தது. அதன் தொடர்ச்சியாக, 1986-ல் ஆஸ்திரேலியாவில் நடந்த பயிற்சியில் இந்திய ஆசிரியர்களின்

சார்பாகக் கலந்து கொண்டதால், ஆசிரியர் சங்கக் கருத்தாளராகவும் உயர்ந்திருக்கிறார். பல சர்வதேசப் பயிற்சிகளில் பங்கேற்கும் வாய்ப்புகளில் இவரது திறமை அனைவரும் வியக்கும் வண்ணம் வெளிப்பட்டது. "ஏதோ, பொம்பளப்புள்ள, இங்கிலீஷ் நல்லாத் தெரியுது, சொன்ன வேலையைச் செய்யும், எதிர்த்துப் பேசாது, நமக்கு ஒரு எடுபிடி கிடைச்சது" என்ற நினைப்பில்தான் சசியை அவர்கள் சங்கத்திற்குள் அழைத்தனர். ஆனால், அவர்கள் எதிர்பார்த்த தற்கு மாறாக, சசி மிகுந்த திறமையுடன் இருந்ததும், பல்வேறு நாட்டு ஆசிரியர் அமைப்புத் தலைவர்களிடம் மதிப்பான பெயர் வாங்கியிருந்ததும் அவர்களால் சகித்துக் கொள்ள முடியாததாய் இருந்தது. அவரை வெளியேற்று வதற்கான ஒரு நல்ல சந்தர்ப்பத் திற்காகக் காத்துக் கொண்டிருந்தனர். அவர்கள் எதிர்பார்த்த நாளும் அவர்களுக்கு வாய்த்தது.

ஒரு சர்வதேசப் பயிற்சியில் ஆசிரியர்களுக்கிடையில் நடந்த ஒரு கலந்துரையாடல், விவாதமாக மாற, சசி அளித்த விளக்கம், வெளி நாட்டுப் பயிற்சியாளர்களால் பாராட்டப்பட்டு, ஏற்றுக் கொள்ளப் பட்டதும் தொடங்கியது இவருக்கான பிரச்சினைகள். அன்று மாலையே, "இனி ஆசிரியர் சங்கக் கட்டிடத்திற்குள் நுழைந்தால் தொலைத்து விடுவோம்" என மிரட்டல் விடப்பட, முதன்முறை யாக சக ஆசிரியரால் ஏற்பட்ட அவமானத்தை சசியால் தாங்க முடியவில்லை. "பெண்கள், ஆண்களின் நுண்ணிய அரசியலைப் புரிந்து கொள்ளவேண்டும் ரமா. வீடோ, சமூகமோ, பெண்ணின் மீதான ஆணின் வன்மம் என்றும் குறைவதில்லை. அவர்கள் பெண்களை ஆளுமை பண்ணுவதையே விரும்புகிறார்கள், ஆண்கள் சொன்னதைச் செய்து, தலையாட்டும் பொம்மைகளாக மட்டுமே பெண்கள் இருக்க வேண்டும், அவர்களுக்கென சுய அறிவோ, துணிந்து பேசும் ஆற்றலோ, புத்திசாலித்தனமோ இருந்துவிட்டால், அவர்களை அழிக்கும்வரை ஓய மாட்டார்கள் என்பதைத் தொடர்ந்து வந்த வருடங்களில் புரிந்து கொண்டேன்" எனக்கூறி முடித்தபோது, ஒரு நிமிடம் எங்களுக்குள் உரையாடல்கள் இல்லை. கிட்டத்தட்ட 35 ஆண்டுகளுக்கு முன் சசி அனுபவித்த நிகழ்வுகளின் வாயிலாகச் சொல்லும் இந்தக் கருத்துக்களில், இன்றைக்கும் பெரிதாய் மாற்றமில்லைதானே?

அதன்பின் அவரது உலகம் பள்ளியோடு சுருங்கியது. அந்தச் சமயத்தில் டில்லியில் நடைபெற்ற உலக ஆசிரியர் சம்மேளனத்தின் மாநாட்டிற்கு (WCOTP - World Confederation of Organizations of the Teaching Profession) வந்த அதன் பொதுச்செயலாளர் ராபர்ட் ஹாரிஸ், சசியை அழைத்து, அவரது திறமையும் ஆஸ்திரேலியாவில் பெற்ற பயிற்சியும் ஆசிரியர் சமூகத்திற்குப் பயன்படவேண்டும் எனப் பலவாறாக அறிவுரை கூறி அவரது மனதை மாற்றினார். அந்த நிகழ்விற்காக, உலகின் பல பகுதியிலிருந்தும் வந்திருந்த ஆசிரியர் சங்க நிர்வாகிகளை ஏர்போர்ட்டிலிருந்து அழைத்து வருவதும், அவர்கள் இந்தியாவைச் சுற்றிப் பார்க்கச் சுற்றுலாவிற்கு ஏற்பாடு செய்வதும், திரும்ப அவர்களை ஏர்போர்ட் சென்று விடுவதுமான தனக்குப் பிடித்தமான வேலைகளில் பரபரப்பாக இயங்கிக் கொண்டிருந்தார் சசி.

தங்களால் விரட்டப்பட்ட பெண், WCOTP பொதுச்செயலாளரால் மீண்டும் அழைக்கப்பட்டால் பொறுத்துக்கொள்ள முடியுமா என்ன? "தூ பிர் ஆ கயீ?" மிக மோசமான உடல் மொழியுடன், முகத்தில் வெறுப்பும், இகழ்ச்சியுமாக "நீ மறுபடியும் வந்திட்டியா? உன்னை ஒழிக்காமல் விடமாட்டேன்" எனக் கத்திவிட்டு நகர்ந்த அந்த மனிதரைக் கண்டு, ஒரு கணம் திடுக்கிட்ட சசி மீண்டும் வேலையில் மூழ்கி விட்டார். அந்த மாநாட்டிற்குப் பிறகு அவரது பணிச்சுமை கூடி இருந்தது. உலக நாடுகள் பலவும், இந்தியாவில் ஆசிரியர்களுக்குப் பல்வேறு பயிற்சிகள் கொடுக்க முன்வந்தன. நிறைய பயிற்சிப் பட்டறைகள், கருத்தரங்குகள், ஸ்வீடன் நாட்டு ஆசிரியர் அமைப்பு, ஆஸ்திரேலியா ஆசிரியர் அமைப்பு, கனடியன் ஆசிரியர் அமைப்பு என்று பல்வேறு அமைப்புகளின் பயிற்சியைப் பல வெளி நாடுகளுக்கும் சென்று எடுத்துக்கொண்டு, அனைத்து மாநிலங்களுக்கும் வழங்கி தேசியக் கருத்தாளராக உயர்ந்தார். பொதுவெளிக்கு வந்து ஜெயித்துக்கொண்டிருக்கும் ஒரு பெண்ணை விட்டு வைக்குமா இந்த ஆணாதிக்கச் சமூகம்?

அப்படி பொதுவெளிக்கு வரும் பெண்களை எந்த இடத்தில் தட்டினால், ஒடுக்க முடியும் என்று யோசிக்கும் ஆண்கள், காலம் காலமாகக் கையிலெடுக்கும் துருப்பு அவளது நடத்தைதானே? அதேதான் சசிக்கும் நடந்தது. இப்போது ஆண்கள் பலரும் சசியை

வெளியேற்றக் கைகோர்த்திருந்தனர். ஒருமுறை ஆசிரியர் சங்க மாநாட்டில் கலந்து கொள்வதற்காகக் கணவர், குழந்தைகளுடன் ஹரித்துவார் சென்றிருந்த சமயத்தில், சசியைப் பற்றியும், அவரது நடத்தையைப் பற்றியும் தவறாகச் சித்தரித்து அந்த ஆண்கள் பரப்பிவிட்ட செய்தி சசிக்கும் வர அதிர்ந்தார். 'கிராமத்தில் ஒழுக்கத்திற்குப் பெயர் போன ராஜ்புத் வம்சத்தில் பிறந்து, ஆச்சாரங்களுடன் வளர்ந்த எனக்கு இப்படி ஒரு அவப் பெயரா?' என்று துடித்துப்போனார்.

"குடும்பத்தின் கௌரவம் பெண்களின் நடத்தையில்தான் இருக்கிறது என்ற பொதுப்புத்தி என்னிடமும் அப்போது இருந்திருக்க வேண்டும். அதனால்தான் நானும் அப்படி ஒரு முடிவை எடுத்திருக்க வேண்டும். ஆம், என் நடத்தை குறித்துப் பொய்பிரச்சாரம் செய்யப்பட்டபின், இனி உயிர் வாழக்கூடாது என்று தற்கொலை முடிவை எடுத்தேன் ரமா". சொல்லும் போதே விசும்பத் துவங்கி னார். முப்பத்தைந்து வருடங்களாகியும் அவருக்குள் இருந்த ரணம் ஆறவில்லை என்பது புரிந்தது. "உனது வளர்ச்சி பொறுக்காத, உனது திறமை கண்டு பயந்த அந்த ஆண்களின் தவறுக்காக, உனது நேர்மையை, நீ ஏன் உன் உயிரைத் துறந்து நிரூபிக்க வேண்டும்?" என்ற கணவரின் ஆறுதல் வார்த்தைகளுக்குப் பிறகு மீண்டும் அவருக்குள் வைராக்கியம் தலை தூக்கியது.

WCOTP {World Confedeation of Organizations of the Teaching

Profession) 1991-ல் உலகக் கல்வி அமைப்பாக (EI - Education International) உருவாகி இருந்தது. அதன் ஆசியா பசிபிக் அலுவலகம் மலேசியாவில் திறக்கப்பட்டது. 'ப்ராஜெக்ட் கன்சல்டண்ட்' என்ற பொறுப்பில், டில்லியிலிருந்தே பணிபுரிய உலகக் கல்வி அமைப்பு அனுமதித்தது. அத்தனை அவமானங்களையும் வைராக்கியமாக மாற்றிக்கொண்டு, மீண்டும் இந்தத் தென்றல் புயலாய் மாறியது.

தினமும் மாலை 3 மணியிலிருந்து 7, 8 மணி வரை தொடரும் இந்தப் பணிகள். பீனிக்ஸ் பறவையாய் சசி மீண்டெழுந்ததைப் பார்க்கப் பொறுக்க முடியவில்லை அந்தக் கழுகுகளால். ஒருநாள் சசி பள்ளிக்குச் சென்றபோது, அவர் மீதான விசாரணை ஆணை அவரை வரவேற்றது. "என் மீதான விசாரணைக் கடிதத்தை நான் பார்ப்பதற்கு எனது கணவர் அந்த நாளில் 500 ரூபாய் லஞ்சம் கொடுக்க வேண்டியிருந்தது. இதுதான் இந்தியாவின் சாபக்கேடு ரமா" என்றபோது, எனக்கு வந்த விசாணைக் கடிதத்தைப் பெற நான் கொடுத்த விலை நினைவுக்கு வர, புன்னகைத்தேன்.

15 குறிப்புகளாக அவர் மீதான குற்றச்சாட்டுகள் இருந்தன. அவர் எடுத்த விடுப்புகள், அவரது நடத்தையின் மீதான கேள்விகள், அவரது வருமானம், அவருக்கு கிடைத்த அன்பளிப்புகள், அயல் நாட்டினரிடம் பெற்ற இலஞ்சம் என்றெல்லாம் அவர் மீதான பொய்க் குற்றச்சாட்டுகளால் அந்தக் கடிதம் நிரம்பியிருந்தது. அவரால் வாசிக்க முடியவில்லை. வாழ்வின் கடைசி முனைக்குத் தள்ளப் பட்டதாக உணர்ந்தார். டாக்டர் கால்ராதான் அன்றைக்கு டில்லியின் உயர் கல்வி அதிகாரி. நியாயமாக விசாரணை நடத்தினார். சசியின் மீது எந்தத் தவறும் இல்லை என்பதைக் கடிதமாக அனுப்பினார். அதோடு மட்டுமல்ல, ஒரு சகோதரியாக சசியை அழைத்துப் பேசினார். "உன் வாழ்வின் மிகக் கடுமையான முடிவை நீ எடுக்க வேண்டிய நாள் இன்று. ஆசிரியப் பணியா? ஆசிரியர் சங்கமா? எது வேண்டும்? என்று முடிவு செய். எனக்குப் பின்னல் வரும் எல்லாரிடமும் உனக்கு நீதி கிடைக்கும் என நம்பாதே. உன்னை ஒடுக்க நினைக்கும் இந்த ஆண் சமூகத்திடமிருந்து உன்னைக் காத்துக்கொள்ள ஒவ்வொரு முறையும் யாராவது வருவார்கள் என நம்புகிறாயா?" மிகப் பெரிய கேள்வியை அவருக்கு முன்னால் வைத்து விட்டு டாக்டர் கால்ரா நடந்து சென்றார்.

கணவருடன் ஆலோசிக்கிறார். போராடிப் போராடிக் களைத்துப் போயிருந்தார். உளவியல் ரீதியாகப் பலவீனமாக்கி சாதித்து விட்டனர். யோசித்தார், ஆசிரியர் பணியில் ஒரு சிறு வட்டத்துக்குள் மட்டுமே சேவை செய்ய முடியும், ஆனால், அவருக்கோ மிகப்பெரிய வெளி தேவைப்பட்டது. முடிவு செய்தார்.

"அந்த நாள், இரவு 9 மணிக்கு என் விரல்கள் வாழ்க்கையில் ஐந்தாவது முறையாக எனது ராஜினாமா கடிதத்தை எழுதிக் கொண்டிருந்தன. மனசு கல்லாகி இருந்தது. கடைசியில் நான் தோற்றே விட்டேனா இந்த ஆணாதிக்கச் சமூகத்தில்? என்று குமுறினேன். மனம் சில விஷயங்களை பொருத்திப் பார்த்தது. ஆறு மாதத்தில் அப்பாவை இழந்து எங்களோடு வந்து வளர்ந்த என் அக்கா பையனுக்கும் எனக்கும் 18 மாதங்களே வித்தியாசம், இருவரும் அடுத்தடுத்த வகுப்பில்தான் படித்து வந்தோம். ஒன்றாம் வகுப்பிலிருந்து பி.எஸ்சி. படிக்கும்வரை நான் முதல் மாணவியாய் வருவேன். அவன் இரண்டாமிடத்தில் வருவான். ஆனால், திருமணத்திற்குப் பின் தலைகீழ் மாற்றம். எம்.எஸ்சி.யில் இரண்டாம் வகுப்பில்தான் என்னால் தேர்ச்சி பெற முடிந்தது, அதற்குப் பின் நான் பி.எட். படித்துவிட்டு ரிஷப்ஷனிஸ்ட், மத்திய அரசுப் பணி, ஏர்போர்ட் பணி, மாநில அரசுப் பணி என எதிலும் தொடர முடியாமல், அவப்பெயருடன், மன உளைச்சலுடன் சுழன்று கொண்டிருக்க, அவனோ எந்தத் தொந்தரவுகளுமின்றி, உயர் கல்வி முடித்து, பி.ஹெச்டி. முடித்து, டாக்டரேட் பட்டம் பெற்று கல்லூரி விரிவுரையாளராகி, இன்று பல்கலைகழகத்தில் பேராசிரியராக உயர்ந்து சமூகத்தில் உயர்ந்த அந்தஸ்துடன் நிற்கிறான். ஆனால், பெண் என்ற ஒரே காரணத்திற்காக, என்னால் ஒரு வட்டத்தைவிட்டு வெளி வர முடியவில்லை. இது பொறாமையில்லை, ஆற்றாமை. ஒரே தகுதியுடைய ஆண், பெண் இருவருக்கும் இந்தச் சமூகம் ஏன் இருவிதமான வாழ்க்கையைப் பரிசளிக்கிறது? ஏன் ஆணையும் பெண்ணையும் இந்தச் சமூகம் பாரபட்சமாகவே நடத்துகிறது? அனைத்தையும் துறக்கும் தியாகத் தாய், குடும்பத்தை காக்கும் குலவிளக்கு போன்ற பிம்பங்களுக்காக, பெண் தன்னை எப்போதும் உருக்கிக்கொண்டே இருக்க வேண்டியிருக்கிறது ரமா" என்ற அவர் குரலில் உயிரில்லை.

அவருக்குள் பல்வேறு கேள்விகள் எழுந்தன. வாழ்க்கை குறித்த

நிறைய புரிதல்கள் ஏற்பட்டன. இந்தப் பெண்களுக்கு ஏதாவது செய்ய வேண்டும் என்ற எண்ணம் அங்கிருந்துதான் தொடங்கியதாகக் கூறுகிறார். அடுத்து என்ன செய்யலாம் என யோசித்திருக்கிறார். உலகக் கல்வி அமைப்பின் மூலம் பெண்கள் சார்ந்த சில விஷயங்களை முன்னெடுக்க முடியும் என நம்பினார். உலகக் கல்வி அமைப்பு என்பது ஒரு உலகளாவிய ஆசிரிய சங்கங்களின் கூட்டமைப்பு. 172 நாடுகளைச் சேர்ந்த 401 ஆசிரியர் சங்கங்கள் அதன் உறுப்பினர்களாக உள்ளன. ஏறத்தாழ 30 மில்லியன் ஆசிரியர்கள் உறுப்பினர்களாக உள்ளனர். ஐ.நா.வும் யூனிசெஃப்பும் யுனெஸ்கோவும் உலக வங்கியும் மக்கள் நலனுக்காக முன்னெடுக்கும் திட்டங்களில், குழந்தைகள் மற்றும் பெண்கள் சார்ந்த திட்டங்களை நிறைவேற்றவும், அவற்றைப் பயிற்சிகளாக ஆசிரியர்களுக்குக் கொடுத்து, அதன்மூலம் அடுத்துவரும் தலைமுறையினருக்குக் கடத்தவும் ஸ்டேக் ஹோல்டர் என்று சொல்லப்படும் பாலமாக உலகக் கல்வி அமைப்பு செயல் பட்டு வருகிறது.

ஐ.நா.வின் மிகப்பெரிய இலக்குகளான நிலையான வளர்ச்சி இலக்குகள் (SDG - Sustainable Development Goals) மற்றும் மில்லனியம் வளர்ச்சி இலக்குகள் (MDG - Millennium Development Goals) இரண்டிலும், பெண்கள் மற்றும் குழந்தைகள் சார்ந்த இலக்கு களை உலகக் கல்வி அமைப்பு கையில் எடுத்துச் செயலாற்றி வருகிறது. எனவே அந்தப் பணியில் தன்னை இணைத்துக்கொள்ள விரும்பினார். உலகக் கல்வி அமைப்பின் முழுநேரப் பணியாளராகப் பொறுப் பேற்று மலேசியா சென்றார். இதுவரை நடந்ததெல்லாம் சம்பவங்கள் என்றால், அதன்பின் நடந்தவை சரித்திரமாயின.

ஐ.நா.வின் உறுப்பு அமைப்புகளுடன் இணைந்து பணிபுரிவதும் அவர்களின் செயல்திட்டங்களை உலகின் பல நாடுகளுக்கும் ஆசிரியர்கள் வாயிலாகக் கொண்டுசேர்ப்பதுமே அவரது முக்கியப் பணியாக இருந்தது. ஒரு பள்ளிக்குள், ஒரு அலுவலகத்திற்குள் பணிபுரிய விடாமல் வெளியேற்றப்பட்டவரின் திறமையை, ஐ.நா.வும் யூனிசெஃப்பும் ஐரோப்பிய யூனியனும் உலக வங்கியும் இன்னபிற சர்வதேச அமைப்புகளும் பயன்படுத்திக்கொண்டன. அங்கு பல்வேறு நாட்டுப் பெண்களுடன் கலந்துரையாடும்போது ஒன்றைப் புரிந்து கொண்டார். பெண்களுக்கான பிரச்சினைகள்

உலகம் முழுவதும் இருக்கின்றன. கிட்டத்தட்ட எல்லா நாடுகளிலும், எல்லாச் சமுதாயத்திலும் ஆணாதிக்கப் படிநிலையே காணப் படுகிறது. பெண்களின் மீதான ஆண்களின் ஆதிக்கம் பெரும்பாலும் பொருளாதார, சமூக, கலாச்சார மற்றும் மத நிறுவனங்களால் ஆதரிக்கப்பட்டே வருகிறது. ஒவ்வொரு நாட்டிலும் பாதிக்கப் படும் பெண்களின் சதவீதத்தில் வேண்டுமானால் வேறுபாடு இருக்கலாம். மற்றபடி பெண்களை நசுக்குவது என்பது ஒரு சர்வதேசக் கோட்பாடாகவே உள்ளது. இதைப் புரிந்துகொண்டபின், இனி வரும் நாட்களைப் பெண்களுக்காகவே மட்டும் கழிப்பது என முடிவு செய்தார். தனது பணியையே பெண்களுக்கான சேவையாக மாற்றிக்கொண்டார்.

"நம்மில் பாதிப்பேர் பிற்போக்கு நிலையில் இருக்கும்போது, நாம் அனைவரும் வெற்றி பெற முடியாது" என்பார் மலாலா யூசுப்சாய். ஆம், இன்னும் பெரும்பாலான பெண்களுக்கு, தங்களைப் பற்றிய, தங்கள் நிலையைப் பற்றிய, தங்கள் வலிமையைப் பற்றிய சரியான புரிதல் இல்லை. எனவே, உலகக் கல்வி அமைப்பின் செயல்பாடுகளில் பெண்கல்வி, குழந்தைத் தொழிலாளர், பெண்களுக்கு எதிரான வன்முறைகள், பெண்களை வலிமையாக்குதல், பெண்களுக்கான உரிமைகள், பாலினச் சமத்துவம், பெண்குழந்தைப் பாதுகாப்பு, பெண் கடத்தல், பணிபுரியும் இடங்களில் பாலின வன்முறைகள் குறித்த பெண்களுக்கான விழிப்புணர்வுப் பயிற்சிகளை, அது சார்ந்த

செயல்பாடுகளைத் தன் பொறுப்பில் எடுத்துக்கொண்டார்.

சார்க் நாடுகளுக்கான மகளிர் வலையமைப்பை உருவாக்கும் உலகக் கல்வி அமைப்பின் செயல்பாட்டில் தலைமைப் பொறுப் பேற்றார். அதன்மூலம் பெண்களுக்கான பிரச்சினைகளை அந்தந்த மாநில ஆசிரியர் அமைப்புகளின் மூலம் அரசாங்கத்திடம் கொண்டு சென்றார். பாலினச் சமத்துவம் என்ற ஒற்றை இலக்கைக் கொண்டே, தன் பணிக்காலம் முழுக்கப் பயணித்தார். இந்தச் சமூகத்தால் தான் அனுபவித்த, தன்னைச் சுற்றிலும் இருக்கும் பெண்கள் அனுபவித்த போராட்டங்களை, துயரங்களை ஒரு துளியேனும் மாற்றிவிட முடியாதா என்ற ஆதங்கத்தில், கிட்டத்தட்ட 30 நீண்ட வருடங் களைச் செலவிட்டுள்ளார்.

“போராட்டங்களைத் தாண்டியே ஜெயிக்க முடியும் ரமா. ஒரு பெண் வலிமையுடையவளாக இருந்தால் மட்டுமே தடைகளைத் தாண்டி வெளி வர முடியும். இந்த ஆணாதிக்கச் சமூகத்தில் ஆண்களால் மட்டுமல்ல நமக்குப் பிரச்சினை. ஆணாதிக்கச் சிந்தனை கொண்ட பெண்களாலும்தான். நான் சந்தித்த பல்லாயிரக் கணக்கான பெண்களின் மனதில் ஒரு துளியேனும் மாற்றத்தை ஏற்படுத்தியிருப்பேன் என்பதை உறுதியாக நம்புகிறேன். ஆனால், என் உடன் பிறந்த சகோதரியின் வாழ்வில் நான் எந்த மாற்றத்தையும் ஏற்படுத்த முடியவில்லை. தனது 16-வது வயதில் கணவனை இழந்த என் சகோதரி, கடந்த செப்டம்பரில் தனது 75-வது வயதில் இறக்கும் வரை இந்தியச் சமூகம் வரையறுத்து வைத்திருக்கும் கைம்பெண் நோன்புகளைக் கடைப்பிடித்தே, தனக்கென வாழாமல், இந்தச் சமூகத்தின் எதிர்பார்ப்புகளையே தனது வாழ்க்கையாக வாழ்ந்து தீர்த்தார். அவரைப்போல நம் நாட்டில் பல்லாயிரக்கணக்கான சகோதரிகள், பல்வேறு விதமான துன்பத்தில் உழன்று கிடக்கின்றனர். அவர்களை அங்கிருந்து வெளியே கொண்டுவர மிகப்பெரிய மெனக் கெடல் தேவைப்படுகிறது. துயரத்தின் ஆழ்பள்ளங்களில் வீழ்ந் திருக்கும் பெண்களின் துன்பங்களுக்குச் செவி கொடுங்கள். பெண் என்னும் மந்திரச்சொல்தான் இவ்வுலகியல் சமநிலைக்கான ஆணிவேர். அந்த வேரை உயிர்ப்புடன் வைத்துக்கொள்ள, பெண்களுக்கு உதவி செய்யுங்கள். பெண்களுக்காகப் பெண்கள் மட்டுமே போராட முடியும்” என்று முடித்த அவரது வார்த்தைகள் தான் எவ்வளவு சத்தியமானவை?

ஒவ்வொரு பெண்ணும், வீட்டி லிருந்தே தனது போராட்டத்தைத் தொடங்க வேண்டியுள்ளது. பின்பு, பள்ளியில், பணிபுரியும் இடங் களில், பொதுவெளியில், சமுதாயத் தில், போராடிப் போராடியே கடக்கும் பெண்ணின் வாழ்க்கை எப்போதும் கத்திமீது நடக்கும் அபாயத்துடனே உள்ளது. எப்போது வேண்டுமானாலும் அவள் வீழ்த்தப் படலாம், தூக்கியெறியப்படலாம்.

'நம்முடைய மிகப்பெரிய பெருமை விழாமல் இருப்பதில் இல்லை, ஒவ்வொரு முறை விழும் போதும் எழுவதில் இருக்கிறது' என்ற கன்பூசியஸின் வார்த்தைகளுக் கேற்ப வீழ்த்த வீழ்த்த எழுந்து இன்னும் வலிமையாகி இருக்கிறார் சசி. பல ஓநாய்கள் சுற்றி வளைத்தாலும், பெண் சிங்கத்தின் வலிமையே மிகப் பெரியது என்பதைத் தன் வாழ்வின் வாயிலாக நிரூபித்த சசியின் பின்னால் இன்று இலட்சக்கணக்கான சசிக்கள் உலகம் முழுக்கத் திரண்டெழுந்துள்ளனர். தன்னை மீண்டும் கட்டியெழுப்பிய, 'உடைந்த பெண்ணைவிட வலிமையானது வேறு எதுவுமில்லை' என்ற ஹன்னா காட்ஸ்பியின் வார்த்தைகளின் விஸ்வரூபமாய், இனக்குழுக்களின் தலைவியாய் ஆதிக்கம் செலுத்திய ஆதிக்கிழவியாய் உயர்ந்து நிற்கிறார் சசி பாலா சிங். இந்த விருட்சத்தின் விழுதுகள் இன்று உலகம் முழுவதும் விரவி வேர்பிடிக்கத் துவங்கி விட்டன.

தொடர்ந்து பயணிப்போம், வேர்களைத் தேடி...

ஆணாகி பெண்ணாகி யாதுமானவள்

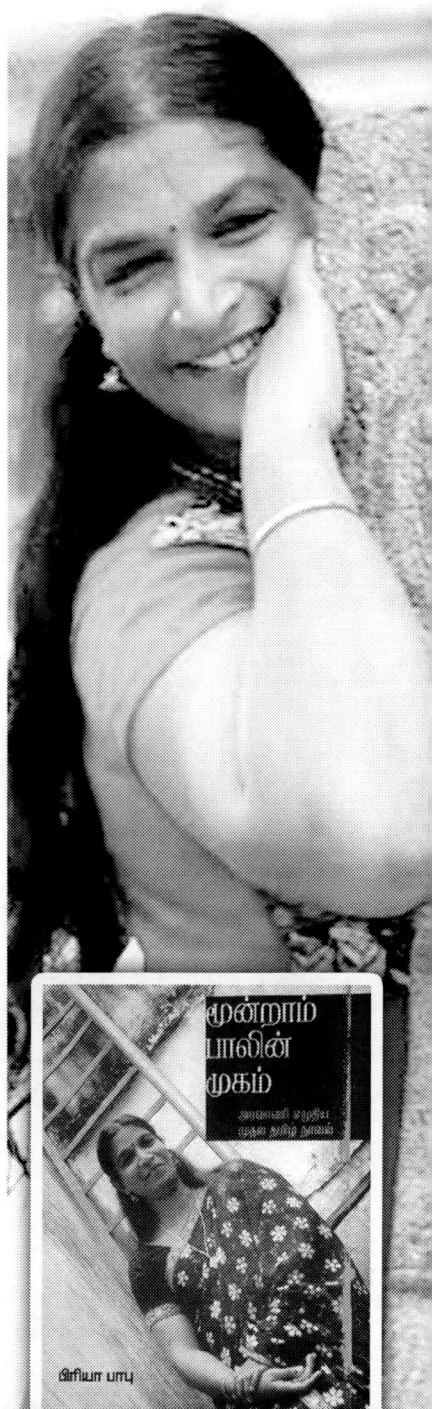

"டப் டப் டப்" பலத்த ஓசையுடன் கை தட்டும் ஒலி கேட்டு, ரயில் பயணத்தின் பகல் நேர சோம்பல் தூக்கத்தில் கண் அயர்ந்திருந்த நான், திடுக்கிட்டு எழுந்தேன். தமிழ்நாடு எக்ஸ்பிரஸ் நாக்பூர் ரயில் நிலையத் தைக் கடந்து பத்து நிமிடங்கள் ஆகி இருக்க வேண்டும். நான்கு ஐந்து திரு நங்கைகள் முழு அலங்காரத்துடன், இரண்டாம் வகுப்புக் கம்பார்ட் மென்ட்க்குள் சரசரவென நுழைய, அந்த இடம் பரபரப்பானது. ஆண்கள் அவசரமாகக் கண்களை இறுக மூடித் தூங்குவது போலப் பாசாங்கு செய்தனர்.

பெண்கள் வேகவேகமாக வேறு பக்கம் பார்வையைத் திருப்பினர். அனைவர் முகத்திலும் ஒரு நமுட்டுச் சிரிப்பு பரவியது. ஒரு சிலர் ஐந்து ரூபாய், பத்து ரூபாய்களைத் தயாராக எடுத்துவைத்து, கேட்பதற்கு முன்பே நீட்டினர். தூங்குவது போல நடித்த வர்களை அந்தத் திருநங்கைகள் தட்டி எழுப்ப, கண்களில் கோபமும் அருவெறுப்பும் மேலிட, 'ச்ச்சூ' எனத் தள்ளிவிட்டு, "ரயில்ல ஏறினாலே இவங்க தொல்லை தாங்க முடியல"

என்ற முணுமுணுப்புடன் பாசாங்கைத் தொடர்ந்தனர். மொத்தத்தில் அந்த இடம் திருநங்கைகளின் வருகையால் அசௌகர்யமான இடம்போல மாறியது.

பொதுவாக, ஆண் உடம்பில் பெண் மனதையும், பெண் உடம்பில் ஆண் மனதையும் தாங்கி நிற்கும் இந்த மனிதர்களுடன் பழகுவதில், ஏனோ நமக்கு மனத்தடை உண்டு. ஆனால், மாறு பாலினங்களைச் சேர்ந்தவர்கள் இங்கு அரசர்களாக இருந்திருக் கின்றனர். மத எல்லைகளைக் கடந்து ஆன்மீகப் பண்பாட்டைக் கட்டி எழுப்பியிருக்கிறார்கள். பூசகர்களாக இருந்திருக்கிறார்கள், போர் வீரர்களாக இருந்திருக்கிறார்ர்கள், அரண்மனைகளில் பணி யாளர்களாகப் பணிபுரிந்திருக்கிறார்கள். "பெண்ணாகி ஆணாய் அலியுமாய் பிறங்கொள்சேர்" என்று திருவாசகமும், "ஆணல்லன் பெண்ணல்லன் அல்லா அலியுமல்லன்" என்று திருவாய்மொழியும், "ஆண்டென் அலியுறு வாய்நின்ற ஆதியை" என்று திருமந்திரமும் ஆண், பெண் தவிர்த்த மூன்றாம் பாலினம் குறித்தும் பேசியிருப்பதால், அவர்களும் சமூகத்தில் இரண்டறக் கலந்தே இருந்திருக்க வேண்டும். பிறப்பால் ஒரு பாலினத்தைச் சார்ந்து, சில உயிரியல் மாறு

பாட்டினால் எதிர்ப் பாலினமாக உணர்ந்து, பல்வேறு உளவியல் சிக்கல்களுடன் வாழ்க்கையை எதிர்கொள்ளும் இவர்களை, ஆன்மீகம் கடவுள் என்கிறது, அறிவியல் உடல் குறைபாடுடையவர்கள் என்கிறது. ஆனால் சமூகமோ கேலிப்பொருளாகவே இன்றும் பார்க்கிறது. சிவன் அர்த்தநாரீஸ்வர அவதாரம் எடுத்ததையும் விஷ்ணு மோகினி அவதாரம் எடுத்ததையும் ஏற்றுக்கொள்ளும் நம்மால், மாறு பாலினத்தவர்களை இயல்பாய் ஏற்றுக்கொள்ள முடியாதது வியப்பாகத்தான் இருக்கிறது.

பொதுச்சமூகம் மட்டுமல்ல, தங்கள் குழந்தை மாறு பாலினத்தவர் என்று தெரிந்ததும், பெற்றோரும் புறக்கணிப்பதுதான் அவர்களுக்கான பாதுகாப்பற்ற சூழலை உருவாக்குகிறது. பெற்றோரின், அரவணைப்பும் வழிகாட்டலுமின்றித் தனித்து விடப்படும் திருநர் மற்றும் திருநங்கைகளின் வாழ்க்கை, பெரும்பாலும் பெருஞ் சோகத்தில்தான் முடிகிறது. உறவும் சுற்றமும் நட்பும் கொடுக்கும் மன அழுத்தம் தாங்க முடியாமல், குடும்ப அமைப்பிலிருந்து அவர்கள் வெளியேறுகின்றனர் அல்லது வலுக்கட்டாயமாக வெளி யேற்றப் படுகின்றனர். அப்படிப்பட்ட ஒரு வாழ்வை எதிர்கொண்டு, அவமானத்தையும் வெறுப்பையும் பரிசாகப் பெற்று, வாழ்வின் விளிம்புக்குத் துரத்தப்பட்டவர், இன்று தன்னைப் போன்ற திருநங்கைகளுக்கு வழிகாட்டும் கலங்கரை விளக்காகத் தன் வாழ்வைக் கட்டமைத்துக் கொண்டுள்ளார். அவர்தான் திருநங்கை ப்ரியா பாபு.

ப்ரியா பாபு - எழுத்தாளர், ஆவணப்பட இயக்குநர், மேடைப் பேச்சாளர், பத்திரிக்கையாளர், பதிப்பாளர், தன்னார்வலத் தொண்டு நிறுவனர், தொழில்முனைவர், மாறுபாலின உரிமைப் போராளி எனப் பல முகங்கள் இவருக்கு உண்டு. அத்தனைக்கும் ஈடு கொடுத்து சுற்றிச் சுழன்று, புயலாய்ப் பணியாற்றுகிறார். திருச்சி அருகில் முசிறியில், இரண்டு அண்ணன்கள், ஒரு அக்காவிற்குப் பிறகு 1970-ல் ஆணாகப் பிறந்த அந்தக் குழந்தையை, குடும்பம் சீராட்டி, பாராட்டித்தான் வளர்த்தது. ஆனால், பெண்ணுக்கான வேலைகள் என இந்தச் சமூகம் பொதுப் புத்தியில் வைத்திருக்கிற வேலைகளைச் செய்வதில் இவருக்கு சிறு வயதிலிருந்தே விருப்பமோ விருப்பம். கோலம் போடுதல், வீடு சுத்தம் செய்தல், மாவு ஆட்டுதல், வீடு அலங்காரம்

செய்தல் போன்ற வேலைகளை இவர் ஆசையாய்ச் செய்தபோது, வீட்டுக்கு உதவியாய் இருப்பதாய் எண்ணிக் குடும்பத்தினருக்கும் மகிழ்ச்சிதான். பொதுவாக எந்தக் குழந்தையும் 13,14 வயதில்தான் பாலியல் மாறுபாட்டை உணர ஆரம்பிக்கும். அதுபோல் ப்ரியாவும் அந்த வயதில், தன்னைப் பெண்ணாக உணர ஆரம்பித்தார். பொது வெளியில் தன்னைப் பெண்ணாக அடையாளப்படுத்திக் கொள்வதில் ஒரு சந்தோஷமிருந்தது. புருவம் திருத்துதல், மஞ்சள் தேய்த்துக் குளித்தல், அலங்காரம் செய்தல், பெண்களுக்கான ஆடைகள் அணிதல் என்று இவரின் நடத்தைகளில் மாற்றம் ஏற்பட, குடும்பம் குழம்பிப்போய் கோபப்பட்டது. ஆடிட்டர் அப்பாவுக்கு இது மிகப்பெரிய கௌரவப் பிரச்சினையாயிற்று.

அந்த சமயத்தில் திருநங்கைகளுக்கான பிம்பம் என்பது, சினிமாவிலிருந்தே சமூகத்திற்குக் கிடைத்தது. திருநங்கைகள் என்றாலே, "பொழுதோட கோழி கூவுற வேளை, ராசாதி ராசன் வாராண்டி முன்னே"யும், "ஊரோரம் புளியமரமும்", "ஒரே ஒரு கிராமத்தில ஒரே ஒரு கள்ளுக்கடையும்" பட்டென நினைவுக்கு வரும் அளவுக்குதானே தமிழ் சினிமா நம்மைப் பழக்கியிருக்கிறது? கொச்சையான உடல் மொழியுடன், பாலியல் தொழிலாளியாக, கேலிப்பொருளாகச் சித்தரிக்கப்படும் மனித மாண்பற்ற செயல்களை தமிழ் சினிமா செய்து, திருநங்கைகளின் மதிப்பை சமூகத்தில் மேலும் குறைத்தது. அதுபோன்ற செயல்களைத்தான் தனது பிள்ளையும் செய்ய வேண்டியிருக்கும் என்ற எண்ணமே பெற்றோர்களுக்கு, பாலியல் மாறுபாடு கொண்ட தங்களது பிள்ளைகளின்பால் வெறுப்பை வளர்த்தது.

ப்ரியாவின் நிலையும் அதேதான். விளைவு அடி, உதை, திட்டு என வீடும், பொட்டை, பேடி, ஓம்போது, அலி என சமூகமும் இருமுனைத் தாக்குதலைத் தொடுத்தன. "தெருவில் இறங்க பயம், பள்ளிக்குள் நுழைய பயம், வீட்டிற்குத் திரும்ப வர பயம் என வாழ்க்கை நரகமாக, தாங்க முடியாத மன அழுத்தத்தால் மூன்று முறை தற்கொலைக்கு முயற்சித்தேன். உங்களைக் கடந்து செல்லும் ஒவ்வொரு திருநங்கையும் தங்களது வாழ்வில் ஒருமுறையாவது தற்கொலை முயற்சி செய்தவர்களாகவே இருப்பார்கள்" என்று கூறும் ப்ரியாவின் வார்த்தைகள், நிர்க்கதியாய் நிற்பவர்களுக்கு

ஆதரவளிக்காத இந்தச் சமூகத்திற்கான சவுக்கடிகள். 'நாங்கள் யாரும் சொர்க்கத்தைக் கேட்கவில்லை ஆனால், எங்களை நரகத்திற்குள் தள்ளி விடாதீர்கள்' என்பதே அவர்களது வேண்டுதல்.

வீடும் சமூகமும் கொடுத்த நெருக்கடியால், பள்ளியிறுதி வகுப்பு முடித்தவுடன், திருநங்கை அம்மாக்களோடு இணைந்துவிட முடிவெடுத்து மும்பை சென்றார் ப்ரியா. "அன்றைய சூழலில் திருநங்கைகளுக்கான வாய்ப்புகள் என்பது கடைகளில் யாசகம் கேட்டல், நடனமாடுதல், பாலியல் தொழில் செய்தல் என்பதாகவே இருந்தது. அந்த மூன்றையுமே நான் செய்தேன், வயிறு என்ற ஒன்றிற்காக" என்கிறார் சலனமற்ற குரலில். "என் வாழ்வில் நடந்த ஒரே நல்ல விஷயம், வாசிப்புப் பழக்கம் உள்ள குடும்பத்தில் பிறந்ததுதான்" என்று கூறும் ப்ரியா, சிறு வயது முதலே தீவிர வாசிப்புப் பழக்கம் உடையவர் என்பதால், மும்பையிலும் தமிழ்ப் புத்தகங்களைத் தேடித்தேடி வாசித்திருக்கிறார்.

1997-ஆம் ஆண்டில் ஒருநாள், இவர் கைக்குக் கிடைத்த, எழுத்தாளர் சு.சமுத்திரம் எழுதிய வாடாமல்லி என்ற நூல்தான், இவரது வாழ்வையே மாற்றப்போகிறது என்பதை இவர் அறியவில்லை. "திருநங்கைகள் குறித்த மிகச் சரியான பதிவுகள் கொண்ட நூல் அது. இன்னும் அந்த நூலின் தாக்கம் என்னுள் நிறைந்து கிடக்கிறது" என்கிறார். "என் உணர்வுகளைப் புரிந்துகொண்ட என்னுடைய அப்பாவாக சு.சமுத்திரம் ஐயா தெரிந்தார். அப்பா என்று அழைத்தே "ஓர் அலிமகளின் கடிதம்" என சமுத்திரம் ஐயாவுக்குக் கடிதம் எழுதினேன். வாடாமல்லியை, 'திருநங்கைகளுக்கான ஒரு புரட்சி இலக்கியம்' என்றே கூறலாம். அதில் வரும், தன்னுடைய உரிமைகளுக்காகக் குரல் கொடுக்கக்கூடிய சுயம்பு என்னும் கதாபாத்திரம், என்னை மிகவும் ஈர்த்தது" என்று நெகிழும் ப்ரியாவின் மனதில், 'திருநங்கைகள் வேலை பார்த்தால் என்ன?' என்ற விதை அப்போதுதான் முதன்முதலாக விழுந்திருக்கிறது.

தமிழ்ப் புத்தகங்கள் வாங்க இவர் தாராவிக்குச் செல்லும்போது, அங்கு அறிமுகமான 'மைக்கேல் ஆன்டனி' என்ற நண்பரின் உதவியுடன், 'முக்தாம்பர் ட்ரஸ்ட்' என்ற ஒரு தன்னார்வ அமைப்பில் இணைந்து பணிபுரிந்து, அது குறித்துக் கற்றுக்கொண்டபின், திருநங்கைகளுக்காக TAI WELFARE SOCIETY என்ற அமைப்பை இவரே நிறுவினார். மருத்துவப் பணிகள் உள்ளிட்ட பல்வேறு சேவைகளை அந்த அமைப்பின் மூலம் செய்யும்போது, 'இதே பணியைத் தமிழ்நாட்டில் ஏன் செய்யக்கூடாது?' என்ற எண்ணம் தோன்ற, **2001**-ல் தமிழ்நாட்டிற்கு வந்து ஆதிவாசிகள், பழங்குடியினர்களுக்கான தொண்டு நிறுவனங்களில் இணைந்து பணி செய்தார்.

திருநங்கைகளுக்கென ஓர் அமைப்பைப் பதிவு செய்யச் சென்றபோதுதான், அடையாளச் சான்றின் அவசியம் புரிகிறது. இந்த உலகில், தான் இருப்பதற்கான அடையாளம் ஏதுமற்று நின்ற அந்த நிமிடம், நெருப்பின் மீது நிற்பது போன்று தன்னைச் சுட்டெரித்ததாகக் கூறும் ப்ரியாவின் குரலில்தான் எத்தனை வேதனை? அதனால், தன்னைப்போன்று அடையாளமற்று நிற்கும் அனைவருக்கும் அடையாள அட்டை பெறுவதற்கான முயற்சியும், திருநங்கைகளுக்கு ஓட்டுரிமை கேட்டு மதுரை வழக்கறிஞர் ரஜினியின் மூலமாக **2004** மார்ச் **6**-ஆம் தேதி தொடுத்த வழக்குமாக, பிரியாவின் வாழ்க்கை அடுத்த கட்டத்துக்கு நகர்ந்தது. தொடர்ந்து

வந்த நாட்கள் ஓட்டுரிமையை வலியுறுத்துவதற்கான ஆர்ப்பாட்டம், பேரணி, போராட்டம் எனக் கழிந்தன. அதே ஆண்டு ஜூனில், அரவாணிகள் தாங்கள் விரும்பிய பாலினத்தில் இணைந்து ஓட்டுப் போடலாம் என்ற தீர்ப்பு வந்தது. ஒரு தீர்ப்பு மட்டுமே சமூக மாற்றத்தை ஏற்படுத்திவிடாதுதானே? ஆனால் அந்தத் தீர்ப்புக்குப் பிறகு, அனைத்துத் திருநங்கைகளுக்கும் ஆதார் அட்டை, வாக்காளர் அடையாள அட்டை, குடும்ப அட்டை போன்றவை பெறுவது எளிதாகியது.

சில ஆண்டுகளுக்கு முன் மதுரையில், திருநங்கைகளுக்காக ப்ரியா துவங்கிய ஒரு நூலக அமைப்பு, இன்று இந்தியாவில் திருநங்கை களுக்கான மிகப்பெரும் ஆவணக் காப்பகமாக (Transgender Resource Center) உருவெடுத்துள்ளது. மாறு பாலினத்தவர் தொடர் பான இலக்கியங்கள், தமிழ், ஆங்கில, பிறமொழி வெளிநாட்டு நூல்கள், 8000-க்கும் மேற்பட்ட செய்தித்தாள் பதிவுகள், ஆவணப் படங்கள், புத்தகங்கள், குறும்படங்கள் என, வெளியுலகிற்கு அதிகம் பரிச்சயமில்லாத ஆவணங்களைச் சுமந்து நிற்கிறது இந்த ஆவணக் காப்பகம். "ஒரு சிறிய நூலகத்துடன் தொடங்கிய இந்த முயற்சி, மிகப் பெரிய ஆய்வு மையமாக மாறியுள்ளது. நான்கு வருடங்கள் எனது தொடர் தேடுதலின் வாயிலாக, எங்களது வளமான கலாச்சாரம்,

இலக்கியம், கலை, ஓவியங்கள், சிற்பங்கள் என அனைத்தையும் சேகரித்து இங்கு ஆவணமாக்கியுள்ளேன். இந்த மையத்தின் முக்கிய நோக்கம், மாறு பாலினத் தன்மையுடன் இருக்கும் யாரும் படிப்பை விட்டுவிடக்கூடாது என்பதே. அதற்காகவே தொடர்ந்து இயங்கிக் கொண்டிருக்கிறேன்" என்கிறார் தன்னம்பிக்கையுடன்.

இவரது பன்முகத்திறனும் அசுரத்தனமான உழைப்பும் வியக்க வைக்கின்றன. பள்ளி, கல்லூரிகளில் விழிப்புணர்வு முகாம், சாரி ட்ரை க்ளீனிங் மற்றும், சாரி ரோலிங் பிஸினஸ் என்று தொழிற்சார் இலவசப் பயிற்சிகள், வேலைவாய்ப்பு, இந்தியாவில் முதன்முறையாக திருநங்கைகளுக்கான 'டிரான்ஸ் நியூஸ்' என்ற இணைய இதழ், அதிக அளவில் திருநங்கை மாடல்களை உருவாக்குதல், திருநர் இலக்கியம் என்ற புதிய முயற்சிக்கான தொடக்கப்புள்ளியாக டிரான்ஸ் பப்ளிகேஷன்ஸ் என்ற பதிப்பகம், 'டிரான்ஸ்மீடியா' என்ற இவரது யூ டியூப் சேனல் மூலம் தன்னம்பிக்கைப் பேச்சாளர் என்று, இவரது உலகம் திருநங்கைகளின் நலன் சார்ந்தே சுழன்றுகொண்டிருக்கிறது. தமிழிலும் ஆங்கிலத்திலுமாக ஐந்து புத்தகங்கள், நான்கு ஆவணப் படங்கள், 'மாறுபாலின சுதந்திரப் பாடல்' (Transgender Anthem) மற்றும் 'வானம் தாண்டி' என்ற இசைத் தொகுப்பு என, இவரது படைப்புத்திறன் சிலிர்க்க வைக்கிறது. 'மூன்றாம் பாலின முகம்',

"Transgenderism in India: Cult, Culture and History", அரவாணிகள் சமூக வரைவுகள் போன்ற நூல்களைத் தொடர்ந்து, அண்மையில் 'இடையினம்' என்ற நூலை வெளியிட்ட ப்ரியா, "உண்மையில் நாங்கள் யார் என்பதை இந்த உலகுக்கு ஆதாரங்களுடன் நிரூபிக்க விரும்பினேன். அதுவே எனது நூலாக உருவெடுத்துள்ளது" என்கிறார்.

"அரசியல் அதிகாரத்தை நோக்கித் திருநங்கைகள் திரும்ப வேண்டிய நேரம் வந்துவிட்டது, அதிகாரத்தில் நாங்கள் இருக்கும்போது, எங்களைப் போன்றோருக்கு அதிக அளவில் உதவி செய்திட முடியும், மிகப் பெரும் சமூக மாற்றத்தை ஏற்படுத்த முடியும்" எனக் கூறும் ப்ரியா, தமிழக அரசியல் கட்சிகள் தங்களுக்குப் போதுமான அங்கீகாரம் கொடுப்பதாகவும், விடுதலைச் சிறுத்தைகள் கட்சியில், அரவாணிகள் அணி உருவாக்கப்பட்டதாகவும் பெருமையுடன் கூறுகிறார்.

உலகமே உதிர்த்து விட்டாலும், எதிர்த்து நின்று போராடும் இனம்தான் மாறு பாலினம். நம்மில் ஒருவராகப் பிறந்து, நம்மோடு சேர்ந்து வாழத் துடிக்கும் திருநங்கைகள், தங்களுக்குள் இருக்கும் மனத் தடைகளையும், குழப்பங்களையும், உடல் ரீதியான பிரச்சினை களையும் கடந்து, இந்தச் சமூகத்தில் தங்களைப் பதிவு செய்ய, மிகப்பெரும் போராட்டத்தை எதிர் கொள்ள வேண்டியுள்ளது. ஆணாகவோ, பெண்ணாகவோ நாம் எதிர்கொள்ளும் சவால்களை விட, மூன்றாம் பாலினத்தவராக அவர்கள் முன் இருக்கும் சவால்கள் நம் கற்பனைக்கும் எட்டாதவையாக உள்ளன. 35 ஆண்டுகளுக்கு முன்னால், வீட்டை விட்டு வெளியேறி, 'ட்ரான்ஸ் கிச்சன்' என்ற பெயரில் உணவகம் தொடங்கி, ஆதரவற்ற திருநங்கைகளுக்கு வேலை வாய்ப்பை உருவாக்கி, இறுதிவரை சுய உழைப்பில் வாழ்ந்து வந்த திருநங்கை சங்கீதா சமீபத்தில் கொலை செய்யப்பட்டார். 2016-ஆம் ஆண்டில் சென்னையில், திருநங்கை தாரா உயிரோடு எரித்துக் கொல்லப்பட்டார். 2020-ல் தூத்துக்குடியில் கோவில் பூசாரியான திருநங்கை ராஜாத்தியை, பட்டப்பகலில் கொலை செய்து, தலையைத் துண்டாக்கி, கோவில் முன் வைத்துச் சென்றனர். இப்படித்தான் திருநங்கைகளின் வாழ்க்கை, சோகமும் போராட்ட முமாகவே இன்றும் இருக்கிறது.

இத்தனை போராட்டங்களுக்கு மத்தியில்தான், வடகிழக்கு மாநிலங்களின் முதல் திருநங்கை மருத்துவராக பியோன்ஸி லைஷ்ராமும், இந்தியாவின் முதல் திருநங்கை செய்தி வாசிப்பாளராக பத்மினி பிரகாசும், முதல் மாவட்ட மக்கள் நீதிமன்ற நீதிபதியாக மேற்கு வங்கத்தின் ஜோயிதா மோதோக்தியும், அரசு மருத்துவ மனையின் முதல் செவிலியராக அன்புருனியும் வெளிவந்துள்ளனர். ஆனால், எங்கோ ஒரு சில திருநங்கைகள் மருத்துவராக, அரசியல் வாதியாக, வழக்கறிஞராக உருவாவதால் மட்டுமே, அவர்களது ஒட்டுமொத்த வாழ்க்கைத்தரமும் மாறிவிடாது. பொது இடங்களில் அவர்களை அவமானப்படுத்தாமல், அவர்களது சுயமரியாதையைச் சிதைக்காமல், இருபாலினத்தவருக்கும் சமமாய் மூன்றாம் பாலினத் தினருக்கும் இப்பூமியில் சம வாய்ப்பளிப்பதே அவர்களுக்கு நாம் செய்யும் நியாயமாக இருக்க முடியும்.

நபுஞ்சகன், சண்டன், அண்ணகன், பெட்டையன் என்றெல்லாம் இலக்கியங்களில் அழைக்கப்பட்டவர்கள், பின்னாட்களில், வாய் கூசும் இழி சொற்களால் பழிக்கப்பட்டு ஒடுங்கிக் கிடப்பவர்களின் வாழ்வில் மாற்றத்தை ஏற்படுத்தத் துடிக்கும் ப்ரியா பாபு, தன் பன்முகத் திறனால், அந்த மாற்றத்தைக் கொடுக்கவல்ல திசையெங்கும் தன் கிளைகளைப் பரப்பி விரிந்து நிற்கிறார். மண்ணைப் பிளந்து வரும் விதைபோல, மாறு பாலினத்தவரின் உரிமைகளை வென்றெடுக்கும் போராளியாக, அவர்களைக் காக்கும் தாயாக, தடைகளைத் தகர்த்து விஸ்வரூபம் எடுத்து நிற்கிறார். 'விடியலை நோக்கி அலிகள்' என்ற தலைப்பில் தினபூமி பத்திரிக்கையில் இவர் எழுதிய தொடர் போல, தனக்குப் பின்வரும் திருநங்கைகளின் வாழ்வில் விடியலை ஏற்படுத்துவதற்காக, சூரியனாய் எரிந்துகொண்டிருக்கிறார்.

திருநங்கைப் போராளி ஆயிஷா பாரூக் அவர்களின் வரிகளில் சொல்வதானால், "மங்கையானவள் திரு நங்கையானவள், நிழலின் இருளில் சிரிப்பவள், அன்பின் ஊற்றாய்ப் பிறந்தவள், வலியின் வலியைத் தாங்கியவள், திறமைகளை தீர்க்கமாய்ப் பெற்றவள், ஆணாகி, பெண்ணாகி, யாதுமானவள்" - ஆம், அந்த யாதுமானவளாக விஸ்வரூபம் எடுத்து நிற்கிறார் ப்ரியா பாபு.

விழுதுகள் அனைத்தும் வேர்களாகட்டும்!